लेखकाचा परिचय

पी. एम. नायर यांचा जन्म केरळमध्ये १८ ऑक्टोबर १९४४ रोजी झाला. तिरुअनंतपुरम येथील युनिव्हर्सिटी कॉलेजमधून सन १९६६ मध्ये अर्थशास्त्रातील पदव्युत्तर पदवी मिळवल्यानंतर १९६७ मध्ये ते भारतीय प्रशासकीय सेवेत (आयएएस) दाखल झाले. केंद्रशासित प्रदेशांच्या विभागात त्यांची नियुक्ती झाली. नंतर यालाच अरुणाचल प्रदेश, गोवा, मिझोराम आणि युनियन टेरीटरीज विभाग (एजीएमयूटी) असे म्हटले जाऊ लागले. पाँडिचेरी आणि अरुणाचल प्रदेशचे मुख्य सचिव म्हणून त्यांनी काम केले. संरक्षण उत्पादन आणि पुरवठा विभागाचे सचिव म्हणून ते सन २००२ मध्ये काम करत होते. त्याच वेळी ए. पी. जे. अब्दुल कलाम यांनी त्यांची आपले सचिव म्हणून निवड केली. जुलै २००२ ते जुलै २००७ या संपूर्ण पाच वर्षांच्या कालावधीत ते राष्ट्रपतींचे सचिव म्हणून कार्यरत होते.

द कलाम इफेक्ट

राष्ट्रपतींच्या सान्निध्यातील माझी वर्षे

लेखक
पी. एम. नायर

अनुवाद
डॉ.मीना शेटे – संभू

प्रस्तावना
फली. एस. नरीमन

विश्वकर्मा पब्लिकेशन्स

द कलाम इफेक्ट

The Kalam Effect

First Published by : Harper Collins Publishers

प्रथमावृत्ती–२०१५

पुनर्मुद्रण – ऑगस्ट, २०१५

पुनर्मुद्रण – फेब्रुवारी, २०१६

ISBN 978-93-83572-33-5

मूळ प्रकाशक – हार्परकॉलिन्स

मराठी रूपांतराचे प्रकाशक – विश्वकर्मा पब्लिकेशन्स, पुणे

प्रकाशक

विश्वकर्मा पब्लिकेशन्स

२८३, बुधवार पेठ, सिटी पोस्टाजवळ,

पुणे ४११००२.

दूरध्वनी: +९१-२०-२०२६११५७

ई मेल: info@vpindia.co.in

वेबसाईट : www.vpindia.co.in

अनुवाद: डॉ.मीना शेटे – संभू

मुद्रितशोधन : विश्वकर्मा पब्लिकेशन्स

मुखपृष्ठ : अभिषेक दरेकर – विश्वकर्मा पब्लिकेशन्स

अक्षरजुळणी : डॉ. मीना शेटे – संभू

अनुक्रमणिका

कागदी बांधणीच्या पुस्तकाची प्रस्तावना

काही वर्षांपूर्वी हार्ड कव्हरमध्ये 'द कलाम इफेक्ट : माय ईयर्स विथ द प्रेसिडेंट' हे माझे पुस्तक प्रकाशित झाले. आता ते कागदी बांधणीच्या स्वरूपात येत असल्यामुळे मोठ्या प्रमाणातील वाचकांपर्यंत पोहचेल. डॉ. ए.पी.जे. अब्दुल कलाम राष्ट्रपती असताना त्यांच्यासमवेत काम करणे ही मोठीच आनंददायक बाब होती. त्यांनी अनेक कामांसाठी पुढाकार घेतला. अनेक निर्णय घेतले. देशाच्या सर्वोच्च कार्यालयात त्यांनी आपुलकीचे वातावरण निर्माण केले. त्याविषयीची उदाहरणे या पुस्तकात दिली आहेत. एखाद्या दिवशी आपल्या कार्यालयीन दिवसांविषयी त्यांच्या दृष्टिकोनातून ते एखादे पुस्तक लिहितील अशी मला आशा वाटते. ते बहुधा सर्वाधिक प्रवास केलेले राष्ट्रपती असावेत. राष्ट्रपती भवनात किंवा बाहेर, लोकांशी प्रचंड बांधिलकी निर्माण करून आणि त्यांच्यात सहजगत्या मिसळून त्यांनी एक प्रकारचा विक्रमच केला आहे. सर्व क्षेत्रांतील, सर्व वयोगटांतील आणि सर्व प्रकारच्या लोकांशी त्यांनी आपुलकीचे संबंध निर्माण केले. राष्ट्रपतिपदाचा कालखंड संपल्यानंतर ज्या प्रकारे त्यांनी आपले दैनंदिन कामकाज सुरू ठेवले आहे ती गोष्ट तर लक्षणीय आहे. भारताचे राष्ट्रपती म्हणून कार्यभार सोडल्यानंतर डॉ. कलाम पूर्वीप्रमाणेच प्रवास करण्यात गुंतलेले आहेत. वर्षातील सुमारे अडीचशे दिवस ते दौऱ्यांवर असतात. जगभरातील शास्त्रज्ञांशी संवाद साधण्याव्यतिरिक्त ते मुलांशीही संवाद साधतात. भारतातील आणि परदेशांतील शाळांतील आणि विद्यापीठांमधील सर्व वयोगटांच्या विद्यार्थ्यांशीही ते संवाद साधतात. ते जिथे जातात, तिथे त्यांना पूज्य मानले जाते. त्यांच्यावर प्रेम केले जाते आणि त्यांना आदराने वागवले जाते. ते राष्ट्रपती असोत वा नसोत; ते विलक्षण आहेत. 'फँटास्टिक' या त्यांच्या लाडक्या शब्दाप्रमाणेच तेही 'फँटास्टिक' आहेत. ते अनेकांचे आदर्श आहेत. त्यांचा कित्ता गिरवण्याजोगा आहे. प्रिय वाचकहो, हे पुस्तक लिहिणे हा खरोखरच आनंददायक आणि मजेचा अनुभव होता. तुम्हालाही ते वाचताना तशीच मजा येईल आणि आनंद लाभेल अशी आशा करतो.

ऋणपत्रिका

माझे खासगी सचिव एन. वेंकटेशन यांचा मी अत्यंत ऋणी आहे. आपल्या अत्यंत व्यस्त वेळापत्रकातून वेळ काढून त्यांनी माझे जवळजवळ वाचताही न येणारे हस्तलिखित अचूकपणे आणि वेळेवर टाईप करून दिले. सौम्या श्रीकांत यांचेही आभार मी मानलेच पाहिजेत. त्या माझ्या वैयक्तिक साहाय्यिका आहेत. वेंकटेशन यांना त्यांनी या कामात मदत केली. लक्षद्वीप आणि पाँडीचेरी येथे माझ्याबरोबर काम करणारे वरिष्ठ आयपीएस अधिकारी आर. सुंदरराज यांचे आभार मानण्यासाठी माझ्याकडे पुरेसे शब्दच नाहीत. त्या पाच वर्षांच्या कालखंडात त्यांनी मला वेळोवेळी मौल्यवान सल्ले दिले. त्याचबरोबर हे पुस्तक मी लिहावे म्हणून ते सातत्याने पाठपुरावा करत राहिले.

उपसंचालक (छायाचित्रण) टी. एस. अशोक आणि कनिष्ठ छायाचित्रकार समर मंडोल यांचेही मी आभार मानतो. त्यांनी माझ्या पुस्तकासाठी मला फोटो दिले. त्यामुळे पुस्तकातील मजकुराचे मूल्यवर्धन झाले आहे.

राष्ट्रपतींचे संयुक्त सचिव अशोक कुमार मंगोत्रा आणि संयुक्त सचिव (घटनात्मक कामकाज) वरुण मित्रा हे माझ्या टिममधील खूपच ज्येष्ठ सहकारी होते. माझ्या हस्तलिखितातील प्रत्येक शब्द न् शब्द त्यांनी वाचला आणि मला मौलिक सल्ला दिला. त्या दोघांचेही मी अंतःकरणापासून आभार मानतो.

माझी पत्नी चंद्रलेखा, माझे दोन्ही मुलगे राजेश आणि राकेश आणि माझ्या सुना पूनम आणि दिव्या यांनी हे संस्मरणीय अनुभव लिहिण्यासाठी मला सातत्याने प्रोत्साहन दिले.

या सर्वांपेक्षाही डॉ. ए. पी. जे. अब्दुल कलाम यांचा मी अंतःकरणापासून ऋणी आहे. ते राष्ट्रपती बनले त्यावेळी आपला सचिव म्हणून त्यांनी माझी निवड केली आणि त्यामुळे सन २००२ ते २००७ या पाच वर्षांच्या कालावधीत खरोखरच 'फँटास्टिक' पद्धतीने मला काम करता आले आणि जगताही आले.

मनोगत

सन २००२ ते २००७ या कालावधीत डॉ. ए. पी. जे. अब्दुल कलाम राष्ट्रपती झाले आणि त्या कालखंडात त्यांचा सचिव म्हणून मी काम केले. 'द कलाम इफेक्ट' हा त्या असामान्य पाच वर्षांचा मी लिहिलेला लेखाजोखा आहे. कोणत्याही प्रकारे हा चरित्र लेखनाचा किंवा कलामांच्या वैज्ञानिक झपाटलेपणाचा कालक्रमानुसार वेध घेण्याचा प्रयत्नही नाही. राष्ट्रपतींचा सचिव या नात्याने त्या पाच वर्षांत मी त्यांच्या अत्यंत निकटच्या सहवासात होतो. तरीही मी कर्मनिष्ठ दृष्टिकोनही बाळगलेला होताच. त्यांच्या व्यक्तिमत्त्वाचे अनेक पैलू मला दिसले. मात्र कोणत्याही प्रकारे त्यांच्या मर्यादा दाखवून देणे किंवा त्यांना देवत्व बहाल करणे यांपैकी एकही हेतू या लिखाणामागे नाही. त्या काळात मी जे काही पाहिले, अनुभवले ते सांगणे एवढाच माझा या लेखनामागचा हेतू आहे. माझ्या अनुभवकथनात थोडीशीही अतिशयोक्ती येऊ नये, याकडे मी विशेष लक्ष पुरवले आहे. मी स्वतः कोणत्याही पांढऱ्या काळ्या रंगांचे मिश्रण केलेले नाही. पांढऱ्याला पांढरे आणि काळ्याला काळेच म्हटले आहे. कोणत्याही प्रकारे श्रेष्ठत्व बहाल करण्याचा किंवा काही सूचित करण्याचा यत्किंचितही प्रयत्न मी केलेला नाही. सत्य दडवून ठेवून फसव्या गोष्टी सुचवण्याचा प्रयत्न केलेला नाही.

कलामांची स्वतःची बलस्थाने आणि दुर्बलता आहेत. तुमच्या आमच्यासारखेच तेही माणूस आहेत. मात्र ते एक चांगले माणूस आहेत, असे मी नक्कीच म्हणेन. 'आर्चबिशप' टुटू यांनी एकदा नेल्सन मंडेलांविषयी म्हटले होते, ''ते चांगले माणूस होते आणि त्यांनी चांगल्या गोष्टी केल्या.'' हे वाक्य कलामांच्या बाबतीतही तंतोतंत सत्य ठरते.

आता मी इथे त्यांच्याविषयी सांगत आहे.प्रिय वाचकहो, या पुस्तकाद्वारे मी जसे त्यांना पाहिले तसेच तुम्हीही त्यांना पहावे.

प्रस्तावना

कोणतीही व्यक्ती त्याच्या सचिवाचा हिरो नसते. परंतु काही वेळा सचिवावर आपल्या बॉसची एवढी भुरळ पडते, की त्यावेळी त्याला बॉसच्या प्रशंसापर लेख लिहिल्याशिवाय राहवतच नाही. सॅम्युएल जॉन्सनने अशाच प्रकारे 'बॉसवेल डिड' लिहिले आहे.

हे पुस्तक म्हणजे फक्त प्रशंसेसाठी प्रशंसा अशा प्रकारे केले गेलेले लेखन मात्र नाही. उत्तम प्रकारे कागदपत्रांच्या आधारे पी.एम. नायर यांनी राष्ट्राध्यक्ष ए.पी.जे. अब्दुल कलाम यांची केलेली ही प्रशंसा आहे. खुलेपणा, प्रामाणिकपणा आणि प्रेमयुक्त दरारा यांतून पी. एम. नायर यांनी राष्ट्रपतींच्या सहवासातील दिवसांचे केलेले हे वर्णन आहे. त्यात खुशामत किंवा लांगूलचालन नाही. हे पुस्तक त्यामुळे सहजगत्या वाचले जाते. ते खरे तर गप्पा मारल्यासारखे आणि वैयक्तिक स्वरूपाचे अनुभव सांगणारे आहे. मात्र त्याला कुठेही औध्दत्याचे स्वरूप आलेले नाही. जर या पुस्तकातील मजकुराचे मला दोनच शब्दांत वर्णन करण्यास सांगण्यात आले, तर 'अत्यंत वाचनीय' या दोनच शब्दांत मी त्याचे वर्णन करेन. आकर्षक फोटोंसह केलेले हे लेखन आहे.याला थोडीशी करडी छटाही आहे. राष्ट्रपती कलाम हे राजकारणी नव्हते, परंतु त्यांच्याकडे सर्वसाधारण राजकीय विवेकबुद्धी होती. उदाहरणार्थ, अफझल गुरुला फाशी दिली जावी की जाऊ नये, याविषयी त्यांनी आपले पत्ते आपल्या छातीशी अगदी घट्ट धरून ठेवले होते. त्यांनी त्या संदर्भात आपले हात समोर घेऊन, मोकळेपणाने पत्ते दाखवले नाहीत. मृत्युदंडाविषयीचे आपले मत खरे तर कित्येक प्रसंगी त्यांनी जाहीर केले होते. परंतु तरीही सरकारची शिफारस आल्यानंतर त्यांचा निर्णय काय असेल याविषयी त्यांना भेटलेल्या कोणालाही त्यांनी याविषयी काहीही सांगितले नव्हते.

ते उत्तम श्रोता होते. संवाद साधण्यातही त्यांनी काही नवकल्पनांचा वापर करून घेतला होता. ते रोजच्या रोज आपल्या वेबसाईटला भेट देत आणि त्याचा त्यांना अभिमानही वाटत असे. त्यांच्याकडे पाठवलेल्या सर्वच्या सर्व प्रश्नांना ते उत्तरे देत. त्यामुळेच 'लोकांचा राष्ट्रपती' म्हणून ते ओळखले जाऊ लागले आणि लोकांनी त्यांच्यावर प्रेम केले यात आश्चर्य वाटण्याजोगे काहीच नाही. सर्वच राष्ट्रपतींना ज्याप्रमाणे काही अवघड निर्णयांना तोंड द्यावे लागते, त्याप्रमाणेच त्यांनाही अशा निर्णयांना तोंड द्यावे लागले. बिहार विधानसभेची बरखास्ती, ऑफिस ऑफ प्रॉफिट विधेयक आणि इतर विधेयकांचा लेखकाने काही तपशीलांसह उल्लेख केला आहे. परंतु त्यातही निर्दोष अलिप्तता आहे. नायर यांचे पुस्तक हे डॉ. कलाम यांनी सांगितल्याबरहुकूम लिहिलेले पुस्तक नाही. उलटपक्षी एका महान व्यक्तीच्या हाताखाली काम केलेल्या दुसऱ्या व्यक्तीच्या मनावर त्या महान व्यक्तीच्या उमटलेल्या ठशांचे ते उत्स्फूर्त चित्रण आहे. त्यानी त्या कामाच्या प्रत्येक मिनिटाचा आनंद घेतला आहे.

आध्यात्मिक मूल्यांवर राष्ट्रपती कलामांनी दिलेला सर्जनात्मक आणि नावीन्यपूर्ण भर भारतीय नागरिकांच्या जीवनात सूर्यप्रकाशाच्या किरणांसारखा चमकला होता. अजूनही तरुणांच्यासाठी ते एक चिरंतन स्फूर्तीचा स्त्रोत आहेत. वैशिष्ट्यपूर्ण आणि महत्त्वपूर्ण वैज्ञानिक यशाबरोबरच दुर्मीळ असलेला मानवतावाद यांचा संगम त्यांच्या व्यक्तीमत्त्वात आहे. ते अगदी निष्कपट आणि काही वेळा मुलासारखे निर्मळ मनाचे भासत – आणि तरीही विरोधाभास असा होता, की ते त्याच वेळी चतुरही होते. सन २००५ च्या फेब्रुवारीत देशाच्या तत्कालीन राष्ट्रपतींच्या घटनात्मक चातुर्याचा अनुभव मला आला. त्यावेळी संसदेच्या दोन्ही सभागृहांच्या सदस्यांसमोर त्यांचे औपचारिक भाषण झाले होते. प्रत्येक सत्राच्या प्रारंभी राष्ट्रपती अशा प्रकारे संसदेच्या दोन्ही सभागृहांसमोर भाषण करतात. हे संभाषण कोणी तयार केले हे सांगितले जात नाही. ते एकूण भाषणावरून सभागृह ठरवते. राष्ट्रपती फक्त आपल्या मंत्रिमंडळाच्या सल्ल्यानुसार कृती करतात. आणि ते संभाषण तत्कालीन सरकारने तयार केलेले असते. परंतु २५ फेब्रुवारी २००५ च्या सकाळी कलाम यांनी तसे केले नाही. त्यांनी आपल्या भाषणाची सुरुवात तमिळमधील एका कवितेने केली. तत्कालीन सरकारने ती कविता रचलेली नव्हती, तर ती कलाम यांनी स्वतःच आदल्या रात्री तयार केली होती. तिचा मथळा होता 'व्हेअर आर वुई?' (आपण कुठे आहोत?)

त्या कवितेचे भाषांतर असे करता येईल.

आपण कुठे आहोत?

आपण आता कुठे आहोत, प्रिय मित्रहो,

इतिहासाला आकार देणाऱ्या महासभेत,

भारतीय लोकांच्या स्पंदनांच्या हाकेत

लोक आपल्याला सांगत आहेत.. लोक आपल्याला म्हणत आहेत

हे संसद सदस्यांनो, भारतमातेच्या शिल्पकारांनो,

आम्हाला प्रकाशाकडे घेऊन चला, आमची जीवने समृद्ध करा

तुमचे न्याय्य कष्ट हा आमचा मार्गदर्शक प्रकाश आहे

तुम्ही जर कष्ट केले, तर आपण सारेच जण समृद्ध बनू

यथा राजा तथा प्रजा

महान विचारांना खतपाणी घाला, कृती करण्यासाठी खडे व्हा

योग्य पद्धती याच तुम्हाला मार्गदर्शन करोत

देवाच्या कृपेने तुम्ही सर्व जणच समृद्ध बना

संसद सदस्यांवर त्यांच्या गतकालीन कार्यपद्धतीबद्दल त्यांनी केलेली ती टीकाच होती. अगदी ठामपणे ती केली होती. परंतु ती सौम्यपणे केली गेली होती. लोकांच्या राष्ट्रपतीने देशाच्या प्रतिनिधींना कायदेशीर चौकटीबाहेर न जाता भरपूर काम, कष्ट करून आपले काम

करण्यास बजावले होते. संसदेच्या सभागृहांसमोर करावयाच्या भाषणामध्ये राष्ट्रपती बदल करू शकत नाहीत, त्यामुळे त्यांनी ही युक्ती योजली होती. त्यांना गद्यात जे सांगायचे होते, ते त्यांनी पद्यातून सांगितले आणि त्याचे चांगले स्वागत झाले!

परंतु कोणतीही व्यक्ती दोषमुक्त असत नाही. स्वतःचे चित्र काढण्यासाठी तत्कालीन महान पोर्ट्रेट चित्रकार सर पीटर लेली याच्यासमोर बसल्यावर ऑलिव्हर क्रॉमवेल याने त्याला असा आदेश दिला, की मी जसा आहे त्याप्रमाणेच माझे चित्र रंगवले गेले पाहिजे. त्याने म्हटले आहे,

....तुझे सर्व कौशल्य पणाला लावून माझे खरेखुरे माझ्यासारखेच

चित्र काढ, आणि माझी मुळीच खुशामत करू नकोस. माझ्या चेहऱ्यावरील

सर्व खरबरीतपणा, मुरुमे, चामखिळी आणि तुला जे जे काही दिसते आहे, ते सर्व

तू रंगव. अन्यथा मी तुला एक दमडीही देणार नाही!

नोंदकर्ता सत्याशी एकनिष्ठ असेल, तर प्रत्येक बाबतीत तो हा आदेश पाळेल. आता या पुस्तकाचा विचार केला, तर त्याच्या पानांमध्ये कोणत्याही प्रकारचा खरबरीतपणा नाही, कारण डॉ. कलाम हे स्वभावाने दयाळू आणि कनवाळू होते. परंतु तरीही काही मुरुमे आणि चामखिळी होत्याच. त्यांचा समावेश लेखकाने जरूर केला आहे आणि त्या समावेशानेच आपल्याला राष्ट्रपतिपदाचा संपूर्ण कालावधी पूर्ण करणाऱ्या व्यक्तीचे सर्वसमावेशक चित्र मिळते. खरे तर माझ्या मते (आणि इतरही अनेकांच्या मते) आणखी पाच वर्षांचा कालावधीही मिळण्यास कलाम नक्कीच पात्र होते.

या पुस्तकात कित्येकांना माहिती नसलेल्या काही गोष्टी उघड केल्या गेल्या आहेत. त्यापैकी एक मला विशेषत्वाने महत्त्वपूर्ण वाटली. मि. नायर यांचेच शब्द मी पुढे देतो.

'एके दिवशी त्यांनी भारताचे माजी सरन्यायाधीश न्या. वेंकटचलिया यांना बोलावले. बंगळुरूहून काही सल्लामसलतीसाठी ते आले होते. काही काळ ते दोघेही एकाच सोफ्यावर काही मिनिटे एकमेकांच्या शेजारी बसले. त्या मीटिंगच्या अखेरीस मलाही बोलावण्यात आले आणि न्या. वेंकटचलिया यांच्या खोलीपर्यंत मी त्यांच्यासमवेत गेलो. थोडा वेळ तसाच शांततेत गेला आणि नंतर ते म्हणाले, ''मि. नायर, मला आयुष्यभर पुरण्याएवढा अनुभव मिळाला. मी डॉ. कलाम यांच्या अगदी जवळ बसलो होतो आणि त्यांच्या शरीरातून देवत्व आणि तेजस्वीपणा यांचे किरण माझ्या शरीरात प्रवेश करत असल्याच्या संवेदना मला जाणवल्या. मी काहीसा निराश, उदास झालो. ते खरोखरच देवाची, स्वतःची व्यक्ती आहेत.''

एका महान व्यक्तीला दुसऱ्या तशाच महान व्यक्तीकडून दिली गेलेली ही एक सुंदर प्रशंसा आहे.

– फली एस. नरीमन

द कलाम इफेक्ट

१

"मला तातडीनं एकांतात तुमची भेट घ्यायची आहे," 'डीआरडीओ'चे प्रसिद्ध शास्त्रज्ञ डॉ. ए. एस. पिल्लाई फोनवर बोलत होते. ती तारीख होती १८ जुलै, २००२ आणि वेळ होती सकाळी साडेदहाची. बंगळुरू येथील हिंदुस्थान एअरोनॉटिक्स लि. (एचएएल) ला भेट देण्यासाठी त्या दिवशी दुपारी उशीरा मला निघायचे होते आणि त्यासाठी मला थोडी तयारी करायची होती.

"तुम्ही आता लगेच येऊ शकाल का?" मी पिल्लाईंना विचारले.

"अगदी पंधरा मिनिटांतच पोहचतो," पिल्लाईंनी सांगितले आणि फोन ठेवून दिला.

'त्यांना एवढं महत्त्वाचं काय बोलायचं असेल बरं?' असा विचार माझ्या मनात आला. आवाजावरून तर पिल्लाई एकदम रोमांचित झाल्यासारखे वाटत होते. मला काहीच समजत नव्हते. मी तसाच बसून राहिलो होतो. गेली चार वर्षे अपारंपरिक ऊर्जा स्रोतांच्या मंत्रालयात (एमएनईएस) संयुक्त सचिव म्हणून मी काम केले होते. त्यानंतर अगदी अठराच दिवसांपूर्वी माझ्या पूर्वीच्या ठिकाणी म्हणजे संरक्षण उत्पादनांचा सचिव म्हणून मी सूत्रे हाती घेतली होती. तिथे माझे हे दुसऱ्या प्रकारचे कामकाज मी मनापासून करण्यास सुरुवात केली होती आणि पीएसयू आणि लष्करी साहित्याच्या फॅक्टरीतील माझ्या जुन्या मित्रांच्या भेटीगाठी घेऊन आमच्या मैत्रीला उजाळा देण्याचा माझा हेतू होता.

दारावर टकटक झाली आणि त्या पाठोपाठ घाईघाईने पिल्लाई माझ्या खोलीत शिरले. अजिबात न थांबता झपाझप ते जिना चढून वर आले होते आणि त्यामुळे त्यांना चांगलाच दम लागला होता. ते खुर्चीवर बसले आणि बोलायला सुरुवात करण्याआधी आजूबाजूला कोणीही नाही, याची त्यांनी खात्री करून घेतली. त्यानंतर पुढे झुकून ते म्हणाले, "मी कलामांकडून आलो आहे. त्यांना तुम्ही हवे आहात," ते म्हणाले. मी ऐकत होतो, परंतु त्यांचे बोलणे माझ्या डोक्यात शिरले नव्हते.

"मला पुन्हा एकदा सांगा बरं!" मी म्हणालो.

''डॉ. कलाम यांना तुमची गरज असल्याचे सांगण्यासाठी डॉ. कलाम यांनी मला तुमच्याकडे पाठवले आहे,'' पिल्लाई पुन्हा एकदा म्हणाले. ''त्यांना सचिव म्हणून तुम्ही हवे आहात. राष्ट्रपतींचे सचिव!''

भारताचे बारावे राष्ट्रपती म्हणून नुकतीच कलामांची निवड झाली होती. निवडणुकीचे निकाल नुकतेच १७ जुलैला जाहीर झाले होते. त्यांची निवड अगदी निःसंदिग्धपणे झाली होती. खरे तर ती जवळजवळ अटळच होती. मात्र त्यावेळी पिल्लाई मला जे सांगत होते, त्याचा विचारही कधी माझ्या मनाला शिवला नव्हता. मी मागे रेलून बसलो. मी कोणतीही प्रतिक्रिया व्यक्त करू शकत नव्हतो. त्यानंतर माझ्या तोंडातून पुटपुटल्यासारखे शब्द बाहेर पडले.

''मला माफ करा. मला माहिती नाही. मला खरंच आनंद झाला आहे, मला खूपच आनंद झाला आहे. परंतु मी.....'' मी तसाच पुटपुटत राहिलो होतो. आता पिल्लाईंच्या चेहऱ्यावर अविश्वासाचे भाव होते. मी अवसान गोळा केले आणि स्पष्टीकरण देण्याचा प्रयत्न करू लागलो; परंतु मी काही बोलण्याआधीच पिल्लाईच पुढे बोलू लागले. ''एके दिवशी तुम्ही कॅबिनेट सचिव बनाल, हे कलामांना माहिती आहे. परंतु ती संधी तुम्ही गमावणार याची त्यांनी तुम्हाला हमी दिली आहे.'' कॅबिनेट सचिव बनण्याच्या माझ्या संधी अगदीच अंधुक होत्या, परंतु त्यावेळी मी काहीही बोललो नाही.

''नाही, नाही, नाही डॉ. पिल्लाई. डॉ. कलामांना मोठीच मदत करू शकणाऱ्या काही बुद्धिमान अधिकाऱ्यांची यादी मी तुम्हाला देतो,'' मी म्हणालो. मी टेबलाच्या खणातून सिव्हिलची यादी बाहेर काढली आणि तमिळनाडू विभागातील पी. व्ही. राजारामन, पंजाब विभागाचे के. आर. नायर आणि मध्य प्रदेश विभागाचे बी. एस. बासवान हे लोक या कामासाठी कसे योग्य ठरू शकतील, याविषयी शांतपणे स्पष्टीकरण देऊ लागलो. सन १९६७ च्या आयएएस अधिकाऱ्यांच्या माझ्या बॅचमधील ते सर्व माझे सहकारी होते. आत्यंतिक कार्यक्षमता, एकनिष्ठा आणि प्रामाणिकपणा यांमुळे मी नेहमीच त्यांच्याकडे मोठ्या आदराने पहात आलो होतो.

पिल्लाई कंटाळल्यासारखे दिसू लागले. ते उठले आणि कलामांना माझा निरोप आपण देऊ, असे सांगून तिथून तडक निघून गेले. मी बंद दरवाजाकडे पाहिले. त्यानंतर तिथे मुळातच नसलेल्या सिगरेटसाठी मी चाचपडत राहिलो आणि माझे डोके खाजवले. मला असाहाय्य झाल्यासारखे वाटत होते आणि आपल्या मनातील अनिश्चिततेमुळेही मला दुःख होत होते. मी योग्य तेच केले होते का? मी मूर्ख ठरलो नव्हतो ना? परंतु नंतर मी विचार केला, की माझ्या तत्कालीन कामातून मला खरोखरच आनंद मिळत होता. मग मी ते सोडून दुसरीकडे कशाला जायला पाहिजे होते? परंतु तरीही मला काहीतरी करणे भागच होते. आता आणखी कोणाचे तरी याविषयीचे मत विचारावेसे मला वाटू लागले. मी कोणाकडून तरी सल्ला घ्यायलाच हवा होता. परंतु कोणाकडून?

मी घड्याळाकडे नजर टाकली. जवळजवळ दुपार होत आली होती. माझा हात फोनकडे गेला. कॅबिनेट सचिव टी. आर. प्रसाद यांना मी फोन केला. सुदैवाने, ते कोणत्याही मीटिंगमध्ये नव्हते. ''सर, मला तुम्हाला अगदी तातडीने भेटायचं आहे. तुमच्याशी मला वैयक्तिक विषयावर बोलायचं आहे. फक्त दोनच मिनिटांसाठी.'' प्रसादांच्या उत्तराची वाटही न पाहता, मी तातडीने बाहेर पडलो आणि गाडी सरळ राष्ट्रपती भवनाकडे वळवली. अर्थातच तिथे मी कॅबिनेट सेक्रेटरींच्या कार्यालयात गेलो.

सुदैवाने, प्रसाद कामात नव्हते. थोड्याशा धापा टाकत; परंतु काहीशा अभिमानानेच मी त्यांना काही मिनिटांपूर्वीच श्री. पिल्लाई यांच्याशी झालेले माझे संभाषण सांगितले. मी मनाशीच विचार करत होतो, की मी नक्कीच चांगले केले होते. आता उत्सुकतेने प्रसाद यांच्याकडून मिळणाऱ्या शाबासकीची मी वाट पहात होतो. ''अत्यंत मूर्खासारखे वागू नका,'' प्रसाद म्हणाले.

''राष्ट्रपतींचा सचिव होणं हा मोठाच सन्मान असतो. त्यांना तुम्ही हवे आहात, हे तुमचं नशीब आहे. आता अजिबात वेळ न दवडता लगेच होकार कळवून टाका. घ्या हा फोन आणि लगेच नंबर फिरवा. अगदी इथूनच, ताबडतोब!'' मी त्यांच्याकडे पहातच राहिलो. त्याच वेळी माझ्या लक्षात आले, की त्यांचे म्हणणे योग्यच होते. लगेच मी साऊथ ब्लॉककडे परत फिरलो.

सुदैवाने, पिल्लाई टेलीफोनवरच होते. त्यांनी कलामांना तोपर्यंत काहीच कळवले नव्हते. ''त्यांचा सचिव होण्याची माझी तयारी आहे, असं कृपा करून त्यांना सांगा. मला त्यामुळे माझा सन्मान झाल्यासारखंच वाटेल,'' मी झटपट बोलून मोकळा झालो.

मला हे कोणाला तरी सांगायचे होते. माझी पत्नी, चंद्रलेखा तोपर्यंत शाळेतच होती असणार. माझ्या मोठ्या मुलाशी मी बोलू शकत होतो. म्हणून लंडनमध्ये असलेल्या राजेशला मी फोन लावला आणि ही बातमी सांगितली. ''अचन (डॅडी), तुम्हाला ही संधी का बरं घ्यावीशी वाटते? संरक्षण साहित्याच्या उत्पादनाच्या आपल्या कामात तुम्ही खूश नाही का?'' त्याचा आवाज अगदी ठाम होता. त्यामुळे मी पुन्हा एकदा विचारात पडलो. पुन्हा एकदा माझ्या खुर्चीत मी धपकन् कोसळलो.

मी पुन्हा एकदा पिल्लाई यांना फोन केला. त्यांनी तोपर्यंत कलामांना काहीही सांगितलेले नव्हते. ''मला विचार करण्यासाठी चार दिवस देण्याविषयी त्यांना कृपा करून सांगा. मला बंगळुरूहून परत येऊ देत,'' पिल्लाईंनी त्याला होकार दिला. माझ्या दोलायमान अवस्थेविषयीचा आपला संताप त्यांनी व्यक्त होऊ दिला नव्हता.

फाईल्सचे काम थांबवता येत होते. जेवण थांबवता येणार होते. परंतु काहीतरी करणे भागच होते. मला कलामांचे म्हणणे मान्य करायचे होते की नाही याविषयी मला एकदाच अंतिम निर्णय घेणे भाग होते. त्यासाठी मला मदतीची गरज होती.

आयएएस मध्ये पी. जी. मुरलीधरन हे मला नऊ वर्षांनी सिनिअर होते. ते अत्यंत एकनिष्ठ आणि जिद्दी अधिकारी होते. त्यांचे विचार स्पष्ट असत आणि त्यांना परिस्थितीचा अचूक अंदाज येत असे. ते सेवेतून निवृत्त झाले होते आणि आपल्या मुलासोबत राहण्यासाठी ते केरळहून दिल्लीला आले होते. सन १९६४ पासून मी त्यांना ओळखत होतो. मी त्यांचा नंबर फिरवला.

"मूर्खपणा करू नका....," एकच वाक्य एका तासाच्या आत मला दोघा व्यक्तींकडून ऐकायला मिळाले होते आणि त्या दोघांच्याही निर्णयाविषयी माझ्या मनात शंका येणे शक्यच नव्हते. "सरळ होकार देऊन मोकळे व्हा. निर्णय घेण्यासाठी चार दिवसांचा कालावधी अजिबात घेऊ नका. आज, आताच्या आता सांगून टाका." ते अत्यंत वास्तववादी होते. नेहमीप्रमाणेच त्यांच्या सूज्ञपणाविषयी शंका घेण्याचे काहीच कारण नव्हते. मी पुन्हा एकदा पिल्लाईंना फोन केला. अखेरीस मी निर्णय घेतला होता. त्या संध्याकाळी कलामांना माझा होकार त्यांनी कळवून टाकावा, असे मी त्यांना सांगितले.

त्याच दिवशी संध्याकाळी मी विमानाने बंगळुरूला गेलो. त्या दिवशी घडलेल्या प्रसंगांची मी मनातल्या मनात उजळणी करत होतो. एकवीस वर्षांपूर्वी थुंबा येथील विक्रम साराभाई स्पेस सेंटरमध्ये मी कलामांना भेटलो होतो. त्या वेळचे प्रसंग माझ्या मनात पिंगा घालू लागले.

OOO

२

तेव्हा मी कावराट्टीला होतो. सन १९७८ मध्ये लक्षद्वीपचा प्रशासक म्हणून माझी नियुक्ती झाली होती. ही बेटे मला आणि माझ्या कुटुंबीयांना आवडली होती. आमच्या तेथील वास्तव्याचा आम्हाला खूपच आनंद घेता आला. फक्त दोन वर्षांच्या कालावधीत दोन पंतप्रधानांचे तिथे स्वागत करण्याचा योग मला लाभला. त्यापैकी एक होते मोरारजी देसाई आणि दुसऱ्या होत्या इंदिरा गांधी.

तेथील वास्तव्याचे माझे ते तिसरे वर्ष होते. ते १९८१ साल होते. बंगळुरूहून अवकाश खात्याचे तत्कालीन संयुक्त सचिव टी. एन. शेषन यांचा फोन आला होता. टी. एन. शेषन हे एक वादातीत उच्च व्यक्तीमत्त्व होते. पुढे मुख्य निवडणूक आयुक्त झाल्यानंतर त्यांनी आपल्या कामाचा केवढा विलक्षण ठसा उमटवला हे सर्वज्ञातच आहे. थुंबा येथील विक्रम साराभाई अवकाश केंद्रात (नियामक) कंट्रोलर म्हणून मी यावे, अशी त्यांची इच्छा होती. खरे तर ज्यावेळी अवकाश केंद्रातून शेषन काही सांगत असत, तेव्हा तो माझ्यासाठी आदेशच असे. मी त्यांना होकार दिला. मला माहिती होते की ते एक विलक्षण व्यक्तीमत्त्व होते. देशाला ते नंतर समजलेच.

१९८१ च्या जूनमध्ये मी व्हीएसएससीचा नियामक म्हणून रुजू झालो. वैज्ञानिकांसमवेत काम करण्याचा तो अनुभव माझ्यासाठी अगदीच नवीन होता. कित्येक प्रकारे तो अनुभव आकर्षक होता. केंद्रात सरकारी अधिकाऱ्यांना फारसा वाव नव्हता. त्यांच्या तेथील वावराकडे फक्त एक गरज म्हणून पाहिले जात होते. अगदी नाईलाजाने, गरजेपोटी त्यांना तिथे सहन केले जात होते.

आढ्यताखोरपणे केली गेलेली स्मिते आणि तुच्छतेचे दृष्टिक्षेप यांनी तिथे सर्वत्र माझे स्वागत होत होते. परंतु यालाही एक अपवादात्मक रूपेरी कडा होती आणि ती होती डॉ. एस. रामनाथ यांची.

रामनाथ हे नियामक म्हणून काम करत होते आणि त्यांच्याकडूनच मला सूत्रे घ्यायची

होती. प्रसिद्ध खगोलभौतिकशास्त्रज्ञ सुब्रह्मण्यम चंद्रशेखर यांचे ते लहान बंधु होते, याविषयी मला त्यावेळी अगदी पुसटशी कल्पना होती. पुढे सन १९८३ मध्ये भौतिकशास्त्रातील नोबेल पुरस्काराने सुब्रह्मण्यम चंद्रशेखर यांना सन्मानित करण्यात आले. रामनाथ हे एक अत्यंत चांगली व्यक्ती होते. सर्वप्रथम त्यांच्या विनम्रतेने आणि नंतर त्यांच्या व्यावसायिक सक्षमतेने माझ्यावर मोठाच प्रभाव टाकला. ते खरोखरचे वैज्ञानिक होते.

मी अर्थशास्त्राचा विद्यार्थी होतो. मला विज्ञानाची काहीच माहिति नव्हती. अवकाश केंद्रातील माझ्या सहकाऱ्यांबरोबर बोलताना मी एक विनोद नेहमीच करत असे. मी म्हणत असे, की क्षेपणास्त्रे आणि प्रक्षेपक यांच्याविषयी मला फक्त त्या अर्थाच्या इंग्रजी शब्दांचे स्पेलिंग काय आहे, तेवढेच माहिति होते. मात्र त्यांमागच्या शास्त्राची मला ओ की ठो माहिती नव्हती. सरकारी अधिकारी म्हणून मला प्रशासकीय कारभार चालवण्याची माहिति असणे आवश्यक होते. मी ते व्यवस्थित करू शकेन का याची मला माहिती नव्हती. परंतु त्यावेळी 'मला माहिति आहे,' असे मी त्यांना सांगितले होते.

तिथेच मी कलामांना भेटलो होतो. त्यावेळी ते ज्येष्ठ शास्त्रज्ञ होते आणि ब्रह्मचारी होते. संचालकांसमवेत शुक्रवारी होणाऱ्या बैठकीच्या वेळी माझी त्यांच्याशी प्रथम भेट झाली. या बैठकीला सर्व ज्येष्ठ वैज्ञानिक आणि नियामक मिळून शास्त्रीय आणि इतर विषयांवर चर्चा करत आणि कधीच कोणत्याही निर्णयापर्यंत पोहचत नसत. कलाम यांच्या व्यतिरिक्त डॉ. एस. सी. गुप्ता, एम. आर. कुरुप, आर. अरवमुदन हे सर्व जण त्या बैठकीला उपस्थित असत. या केंद्राचे संचालक डॉ. वसंतराव गोवारीकर होते. ते बैठकांच्या अध्यक्षस्थानी असत. अत्यंत सौजन्यशीलता, प्रसन्न वृत्ती आणि निखालस उत्साह यांमुळे कलाम या गटातून वेगळे वाटत असत. त्यांच्यातील वैज्ञानिक द्रष्टेपणा त्यावेळी माझ्या नजरेत भरला नव्हता. त्यांच्या ह्याच गुणांमुळे ते मला आवडत असत. मला तोपर्यंत त्यांच्या व्यक्तीमत्त्वाच्या खोलीचा अंदाजच आला नव्हता.

व्हीएसएससीच्या कालखंडात मी कलामांच्या निकटच्या सहवासात आलो होतो, असा दावा मी करू शकणार नाही. अगदी थोड्याच वेळा मी त्यांच्यासमोर आलो होतो आणि जेमतेम 'हॅलो' म्हणणे आणि स्मित करणे एवढीच त्यांच्या माझ्यात संवादाची औपचारिक देवाणघेवाण होत असे. मात्र तरीही आम्ही आपुलकीने, अगदी मनापासून ते एकमेकांसाठी करत आहोत, एवढी जाणीव मात्र होत असे. तेथील बहुतांश व्यक्तींच्या तुलनेत माझ्याकडे पाहून ते थोडा अधिक काळ स्मित करत असत. फक्त आपल्या वैज्ञानिक कार्याच्या शोधाशीच विवाहबद्ध झालेला; परंतु प्रत्यक्षात अविवाहित असलेला एकनिष्ठ शास्त्रज्ञ म्हणूनच मी त्यांना ओळखत होतो. आपल्या कामात गढून गेल्यावर त्यांना दिवस - रात्रीचे भानही उरत नसे, हे मला माहिती होते. त्यांचा कामाचा दिवस पहाटे सुरू होत असे आणि रात्र उलटून गेली तरी तो संपलेला नसे. काही वेळा तर दुसऱ्या दिवशीच्या पहाटेपर्यंत तो लांबलेला असे. त्यांचा दिवस पहाटे म्हणण्यापेक्षा सूर्योदयाच्याही आधीच सुरू होत असे.

भारताचा उपग्रह प्रक्षेपक एसएलव्ही – ३ प्रथम कक्षेत सोडला गेला तेव्हापासून तेथील चार हजार कर्मचाऱ्यांच्या गळ्यातील ते ताईत बनले होते. त्यानंतर त्यांना पद्मभूषणने सन्मानितही करण्यात आले होते. त्यांच्या अवतीभवती असलेले त्यांचे सगळेच नसले तरी बरेचसे सहकारी तरी नक्कीच त्यांच्या तोडीचे नव्हते हे मला माहिती होते. सुरुवातीला उड्डाणानंतर एसएलव्ही – ३ समुद्रात कोसळले, त्यावेळी त्यांच्यापैकी काही जणांनी मिठाई वाटली होती, हे मला माहिती होते. फक्त एक सौजन्य म्हणून यापुढे याविषयी मी चकार शब्द काढणार नाही.

आपण लवकरच बंगळूरूच्या विमानतळावर उतरणार आहोत, असे हवाई सुंदरीने सांगितले. माझे विचार बाजूला सारून मी विमानातून उतरण्यासाठी तयार झालो.

३

२२ जुलै २००२. मी नुकताच दिल्लीला परतलो होतो. विमानतळावर माझ्या उत्साही मित्रांचा गट माझे अभिनंदन करण्यासाठी जमलेला असणार, असे मला मनात कुठेतरी वाटत होते. कारण काहीही झाले, तरी आता मी भारताच्या राष्ट्रपतींचा सचिव बनणार होतो. परंतु अर्थातच विमानतळावर कोणीही नव्हते. एमएनईएसच्या शिष्टाचार अधिकाऱ्याने माझे नेहमीप्रमाणे स्वागत केले. ती रोमांचकता कुठे गेली होती?!!! मी विव्हळ झालो. कलामांनी त्यांच्या बोलावण्याचा पुनर्विचार तर केला नसेल ना?

मी धावतपळतच घरी पोहचलो आणि नेटवर Whispersinthecorridors.com वेबसाईट ओपन केली. नाही. तिथे एखादी पुसटशी अफवाही नव्हती. मी निराश झालो. मी ताबडतोब साऊथ ब्लॉककडे गेलो आणि पिल्लाईंचा नंबर फिरवला. पिल्लाईंनी माझा उत्साह द्विगुणित केला. कलामांनी मला त्या दिवशी संध्याकाळी भेटायला बोलावले होते. संध्याकाळी उशीराची वेळ मिळण्याची शक्यता होती; परंतु त्यांची वेळ घेऊन पिल्लाई मला नंतर कळवणार होते.

रात्री साडेआठची वेळ. दिल्लीच्या दक्षिणेला असलेल्या एशियाद व्हिलेज येथे मी आणि पिल्लाई भेटलो. सन १९८२ मध्ये एशियन गेम्स तिथे घेण्यात आले होते म्हणून त्याला तसे म्हटले जात होते. सुरक्षिततेच्या कड्यातून बाहेर पडून कलामांच्या छोट्याशा फ्लॅटमध्ये जाण्यासाठी थोडा वेळ लागला. अखेरीस त्यांच्या फ्लॅटच्या बाहेरच्या खोलीत इतर अनेक जण वाट पहात बसले होते, तसेच आम्हीही वाट पहात बसलो.

तिथे अनेक कामं पार पाडण्याकरता धावपळ चालू होती आणि अखेरीस भारताचे भावी राष्ट्रपती कलाम आत आले. एच. शेरीडॉन आणि आर. के. प्रसाद या आपल्या सचिवांना आणि पिल्लाई यांना त्यांनी माझ्याशी एकट्याशीच त्यांना बोलायचे असल्याचे नजरेनेच खुणावले. त्यानंतर तिथे आम्ही दोघेच थांबलो. फक्त आम्ही दोघेच! राष्ट्राध्यक्ष बनणाऱ्या व्यक्तीसारखे ते नक्कीच वागत नव्हते. नेहमीप्रमाणेच ते शांत आणि विनम्र होते. कित्येक जणांच्या नजरा त्यांच्याकडे वेधलेल्या होत्या आणि माध्यमांचेही लक्ष त्यांच्याकडेच होते;

तरीही त्यांनी न चुकता आपला निळा शर्टच घातलेला होता आणि त्यांच्या चेहऱ्यावर तेच ते शांत, मवाळ स्मित होते. ही गोष्ट तर 'विलक्षण' होती.

मी त्यांच्याबरोबर वीस मिनिटे बोललो. त्यावेळी त्यांनी व्हीएसएससीमधील आमच्या दिवसांची आठवण करून दिली. त्यांनी प्रशिक्षण सत्राची आठवण करून दिल्यावर तर माझा त्यांनी खास सन्मान केल्यासारखे मला वाटले. मी थुंबामध्ये असताना केंद्राच्या शंभर बसच्या चालकांनी अचानकच संप पुकारला होता. त्यामुळे व्हीएसएससीचे कामकाज विस्कळीत झाले होते.

कारण ते केंद्र शहरापासून सुमारे वीस किलोमीटरहून अधिक अंतरावर आहे. टी. एन. शेषन यांनी मला त्यावेळी तातडीने मदत केली, हे मी माझे सुदैव समजतो. त्यांचे पुतणे के. नीळकंठ त्यावेळी सदर्न रेल्वेत अत्यंत वरिष्ठ अधिकारी होते. या दोघांच्या सहकार्यामुळे व्हीएसएससीपासून जवळच असलेल्या वेळी गावापर्यंत त्यांनी सुमारे दीड महिना त्रिवेंद्रमपासून खास ट्रेन सोडली होती. त्यामुळे संपाचा कणाच मोडला आणि केंद्राचे कामकाज पुन्हा एकदा सुरळीत बनले. पुन्हा एकदा काम सुरळीत सुरू झाल्यामुळे कलामांना निश्चितच खूपच आनंद झाला असणार. संपानंतर ते मला भेटले, त्यावेळी त्यांच्या चेहऱ्यावर असलेल्या स्मितातूनच त्यांचा आनंद माझ्यापर्यंत पोहचला होता. गुजरात विभागाचे तत्कालीन आयपीएस अधिकारी आर. बी. श्रीकुमार हे त्यावेळी सेंट्रल इंडस्ट्रियल सिक्युरिटी फोर्सचे कमांडंट होते. अवकाश केंद्राचे संरक्षण त्यांच्या अखत्यारीत होते. या सर्व मोहिमेत त्यांनी मला मोठेच पाठबळ दिले होते. सचोटी, उच्च कार्यक्षमता आणि प्रामाणिकपणा यांसाठी पोलीस सेवा दलात श्रीकुमार ओळखले जात होते. कलामांनी या संपाचा आणि तो मी ज्या प्रकारे हाताळला होता त्याचा संदर्भ मला दिला होता. त्यामुळे माझ्या जीवनाला कलाटणी मिळाली होती. आपला सचिव म्हणून मी त्यांना हवा होतो. हे मी कॅबिनेट सेक्रेटरींना सांगू शकतो का, असे मी त्यांना विचारले. त्यांनी त्याला होकार दिला.

दुसऱ्या दिवशी मी कॅबिनेट मंत्रालयात होतो. टी. आर. प्रसाद यांनी भावी राष्ट्रपतींना फोन केला आणि मी त्यांना जे सांगितले होते, त्याची खात्री करून घेतली. होय. एक ते दोन दिवसांत तसे आदेश काढले जाणार होते. तो अंतिम निर्णय होता. मी संरक्षणमंत्री जॉर्ज फर्नांडिस यांना फोन केला आणि याविषयी सांगितले. नेहमीप्रमाणेच त्यांनी मला शुभेच्छा दिल्या. नंतर माझ्या सहकाऱ्यांना, मित्रांना आणि नातेवाईकांना मी सांगितले. आता माझ्या नवीन कामकाजाची मी प्रतीक्षा करत होतो. २४ जुलैला माझ्या पदाचा आदेश निघाला.

○○○

४

२५ जुलै २००२. संसदेच्या अद्वितीय, ऐतिहासिक सभागृहात सेंट्रल हॉलमध्ये भारताच्या बाराव्या राष्ट्रपतींचा शपथ ग्रहण समारंभ होणार होता. त्या समारंभाला उपस्थित राहण्यासाठीचा पास मला मिळाला नव्हता, परंतु मी तो कसाबसा मिळवला आणि सभागृहात प्रवेश केला.

तो एक मोठा समारंभ होता. प्रथमच शेकडो मुलांना खास निमंत्रित म्हणून हॉलमध्ये बोलावण्यात आले होते. भारताचे सरन्यायाधीश बी. एन. कृपाल यांनी कलामांना शपथ दिली. शपथविधीनंतर कलामांनी केलेले भाषण हे एक औपचारिक भाषण नव्हते. ते अगदी अंतःकरणापासून, प्रभावीपणे बोलले. देशासाठी आखलेल्या कार्यक्रमांची माहिती त्यांनी दिली.

'व्हिजन २०२०' हा भारताला विकसित राष्ट्र बनवणारा कार्यक्रम होता. देशासमोरच्या या कार्यक्रमाची निकड अधोरेखीत करताना त्यांनी कबीराच्या वाक्याचा संदर्भ दिला होता, 'कल करे सो आज कर, आज करे सो अब.' समारंभातील औपचारिकता पूर्ण करण्यात आल्या. त्यात लष्करी सलामी, मावळते राष्ट्रपती के. आर. नारायणन यांना निरोप इ. बाबींची पूर्तता करण्यात आली. त्यांना शुभ वाटणाऱ्या कोणत्या वेळी त्यांना शपथग्रहण करायला आवडेल असे कलामांना विचारण्यात आले होते आणि त्यांनी सांगितले होते की प्रत्येक वेळच शुभ असते.

कलाम भारताचे राष्ट्रपती बनल्यानंतर वीसच मिनिटांनी त्यांचा सचिव म्हणून मी सूत्रे हाती घेतली. शमशेर शेरीफ यांनी माझ्या कार्यालयापर्यंत मला नेले. राष्ट्रपती भवनाच्या उत्तरेकडच्या टोकाला ती सुरेख, लांबलचक खोली होती. गेली दोन वर्षे ती रिक्तच होती. गोपालकृष्ण गांधी यांनी सन २००० मध्ये कार्यभार सोडल्यानंतर दोन वर्षे कोणत्याही व्यक्तीची सचिव म्हणून नियुक्तीच झाली नव्हती. संयुक्त सचिव असलेले शमशेर शेरीफच संपूर्ण व्यवस्थापन पहात होते.

दुपारी तीन वाजता राष्ट्रपती बसत असलेल्या स्टडी रूममध्ये मला बोलावण्यात आले. वरुण मित्रा हे घटनात्मक कामकाजाचे संचालक होते. सन १९८७ च्या आयएएस बॅचमधील ते अधिकारी होते. त्यांनी माझ्याकडे काही कागदपत्रे दिली. वैद्यकीय कारणासाठी एका राज्याच्या राज्यपालांना काही दिवसांसाठी दिल्लीला यायचे होते. त्याविषयीची परवानगी मागणाऱ्या पत्राचाही त्यात समावेश होता. स्टडी रूमच्या एका टोकाला असलेल्या खिडकीजवळच्या डेस्कजवळ राष्ट्रपती बसत असत. त्या खिडकीतून 'मुघल गार्डन' दिसत असे. तेथील कारंज्यातून उसळणारे पाणी शांतपणे बागेत पसरत असे. मी राष्ट्रपतींच्या कानांवर राज्यपालांच्या पत्राची गोष्ट घातली. त्यांनी वर पाहिले आणि ते म्हणाले, ''होय. त्यांच्यापैकी काही जणांना दिल्लीत यावंसं वाटतंच आणि अर्थातच तेही वैद्यकीय कारणांसाठी हे मला चांगलंच माहिती आहे. ठीक आहे. माझी त्याला मान्यता आहे.''

शेरीडॉन, प्रसाद आणि मी काहीही न बोलता एकमेकांकडे पाहिले. परंतु त्या पाहण्यातच आम्ही एकमेकांशी भरपूर बोलून गेलो होतो. राष्ट्रपतींचे आगमन झाले होते.

OOO

५

दुसऱ्या दिवसापासून राष्ट्रपतींचे संपूर्ण दिवसभराचे कामकाज सुरू झाले होते. मला स्टडी रूममध्ये बोलावण्यात आले होते. मी कलामांना पाहिले होते. त्यांनी आपला नेहमीचा निळा शर्ट घातला होता आणि त्यांच्या चेहऱ्यावर तेच लाघवी स्मित होते. लांब, कुरळे केस त्यांच्या कपाळावर आले होते. परंतु त्यांनी ते तिथेच व्यवस्थित बसवलेले होते. मी जागेवर बसलो आणि ते बोलू लागलो, ''मि. नायर (मला खरोखरच अद्यापही माहिती नाही, परंतु त्यांनाच ते कारण माहिती असेल; परंतु ते मला नेहमीच मि. नायर म्हणत.) आपल्याकडे पाच वर्षं आहेत. मी एक मोहीम आखली आहे आणि आपल्याला ती पूर्ण करायची आहे. मला त्यासाठी तुमचं साहाय्य आणि पाठबळ हवं आहे.'' मी म्हणालो, ''सर, तुम्हाला मिळालेल्या सर्व सल्ल्यांना धुडकावून लावून आणि इतर नावांविषयी तुम्हाला दिल्या गेलेल्या सल्ल्यांकडे दुर्लक्ष करून तुम्ही मला आपला सचिव म्हणून निवडलं आहे. मला आपला सन्मान झाल्यासारखं वाटतं आहे, परंतु सर, मला योग्य प्रकारे काम करता यावं, असं तुम्हाला वाटत असेल, तर आपली स्वतःची टिम निवडण्याची परवानगी मला द्या.''

''फारच छान!'' कलाम म्हणाले. ''तुम्ही ते जरूर करा!''

..आणि लगेच माझी टिम मी निवडली. राष्ट्रपतींच्या संयुक्त सचिवापासून ते लष्करी सचिव आणि एडीसींपासून ते इतर अधिकाऱ्यांपर्यंत सर्वांची मी निवड केली. ज्या सर्वांना आधी बोलावण्यात आले होते, त्या सर्वांसह मला योग्य वाटत असलेल्या उमेदवारांच्याही मुलाखती मी घेतल्या आणि त्यातून ही निवड केली. कलामांनी त्यात अजिबात लक्ष घातले नाही. त्यांनी माझ्यावर एवढा मोठा विश्वास दर्शवला होता. त्यानंतर टिमची निवड पूर्ण झाली. माझ्या टिमच्या सदस्यांना त्या दिवशी संध्याकाळी कलामांच्या कार्यालयात बसून मी पत्र पाठवून दिले. ते पत्र मी या पुस्तकाच्या अखेरीस दिले आहे. त्यात सर्व काही आले आहे.

○○○

६

“सर, आज सकाळी होणारी मीटिंग आज दुपारी होईल,” माझे सिनियर पीएस. वेंकटेशन यांनी जाहीर केले. दिङ्मूढ होत मी त्यांना विचारले, “कधी?” “शेरीडॉन यांनी साडेतीनच्या सुमारास असं सांगितलं आहे.” ते म्हणाले. मीटिंग पहाटे साडेतीनच्या सुमारास असावी, अशी माझी अपेक्षा नव्हती. सकाळच्या मीटिंगसाठी सकाळची वेळच योग्य होती. मी नशीबाला दुवा दिला, कारण कलामांचा कामकाजाचा दिवस रात्रीही संपत नसे. शेरीडॉन हे कलामांचे वरिष्ठ खासगी सचिव होते आणि त्यांच्याकडे असामान्य कौशल्य, निष्ठा आणि कार्यक्षमता होती. प्रसाद या तेवढ्याच तीव्रतेचे गुण असलेल्या दुसऱ्या वरिष्ठ खासगी सचिवांसमवेत ते कलामांबरोबर खंबीरपणे काम करत असत. घड्याळात साडेतीनचे ठोके पडेपर्यंत मी वाट पाहिली.

“सर, सकाळची मीटिंग आता ३.४५ वा. होणार आहे,” दुसऱ्या खासगी सचिव उषा सुधिंद्र यांनी मला सुमारे तीनच्या सुमारास माहिती दिली. तोपर्यंत अशा प्रकारचे उशीर आणि लांबणीवर टाकल्या जाणाऱ्या मीटिंग्ज या माझ्या आयुष्याचा अविभाज्य भाग बनणार असल्याचे मी ओळखले होते आणि त्यामुळे मला फारसे आश्चर्य वाटले नव्हते.

सकाळच्या मीटिंग्ज या राष्ट्रपतींकडे पाठवल्या गेलेल्या विविध कागदपत्रांवर, याचिकांवर आणि अर्जांवर चर्चा करण्यासाठी आयोजित केल्या जात असत. शिवाय मान्यतेसाठी किंवा अंतिम निर्णयासाठी राष्ट्रपतींकडे पाठवल्या गेलेल्या फाईल्सवरही यावेळी चर्चा होत असे. मात्र बायो डायव्हर्सिटी पार्कमधील पक्ष्यांशी, प्राण्यांशी आणि इतरांशी संवाद साधण्याच्या त्यांच्या कौशल्यामुळे त्यांचे सकाळचे फिरणे लांबत असे. निसर्गाच्या सान्निध्यात ते रमून जात असत. त्यानंतर विविध वृत्तपत्रे ते अत्यंत बारकाईने वाचत असत. अर्थातच वेबही ते पहात. त्यामुळे सकाळचा नाष्टाच घ्यायला त्यांना दुपार होत असे आणि त्यानंतर ते कार्यालयात येत आणि मग दुपारच्या वेळी सकाळच्या मीटिंग्ज पार पडत.

त्यांच्याकडे पाठवलेली कोणतीही फाईल किंवा कागदपत्र हे सकाळच्या मीटिंग्जमध्ये

चर्चेसाठी येत असे. लष्करी सचिव आणि मी या मीटिंग्जला उपस्थित असणे अनिवार्यच असे. लष्करी सचिव त्यांना त्या दिवशीचे कार्यक्रम, काय करावे आणि काय करू नये याविषयी आणि कोणत्या गोष्टी केल्याच पाहिजेत हे सांगत आणि निघून जात. त्यानंतर मी कागदपत्रे आणि फाईल्सवर त्यांच्याशी चर्चा करत असे. काही महिने गेल्यानंतर संयुक्त सचिव अशोक मंगोत्रा, संचालक वरुण मित्रा आणि सतीश माथुर यांनाही माझ्यासोबत मी नेत असे. त्यामुळे सकाळच्या मीटिंग्ज अधिक सुरळीतपणे पार पडत असत. कलामांच्यासाठी प्रत्येक गोष्टच महत्त्वपूर्ण असे, अगदी प्रत्येक गोष्ट. कागदाचा प्रत्येक कपटा त्यांना महत्त्वाचा वाटे आणि त्यामुळे तो वाचून त्याचा अभ्यास करून मगच त्यावर निर्णय घेतला जात असे. कोणत्याही कागदाकडे दुर्लक्ष करून कोणीही त्यांना मूर्ख बनवू शकत नसे. त्यांची स्मरणशक्ती विलक्षण तल्लख होती. त्यांच्या डोक्यात जणू काही माहितीचा साठाच असे.

माझ्या म्हणण्याची प्रचीती देणारे अनेक प्रसंग आहेत. त्यापैकी एक पुढे देत आहे. दोन दिवसांसाठी ते एका दौऱ्यासाठी दिल्लीच्या बाहेर गेले होते. त्यामुळे कागदपत्रांचा, पत्रांचा आणि याचिकांचा ढीग साचला होता. सहसा रोज ७० ते १०० याचिका त्यांच्याकडे येत असत. त्या सर्वच्या सर्व 'सकाळच्या मीटिंगसाठी' अशी खूण करून माझ्याकडे येत. ते दौऱ्यावर जाण्याआधी आलेली अशी सगळी कागदपत्रे आधीच 'सकाळच्या मीटिंगसाठी' अशी खूण करून माझ्याकडे आलेली होती आणि त्यांच्या अनुपस्थितीत आलेली सर्व कागदपत्रे त्यांनी दौऱ्यावरून परतल्यानंतर त्यांच्या रात्री दहा वाजताच्या 'दुपारच्या जेवणाच्या' वेळी बघितलेली होती आणि 'सकाळच्या मीटिंगसाठी' म्हणून खूण करून माझ्याकडे पाठवून दिली होती. जर सकाळचा नाष्टा दुपारी झाला, तर साहजिकच दुपारचे जेवण रात्रीच होणार. मग दुसऱ्या दिवशीच्या पहाटे रात्रीचे जेवण असे!

तर अशा प्रकारे सगळी कागदपत्रे आली होती. मी तो प्रत्येक कागद न् कागद पाहिला आणि त्याप्रमाणे त्या प्रत्येकावर माझे मत नोंदवले. त्यामुळे मला त्या प्रत्येकावर त्यांना सल्ला देता आला असता. तंजावरच्या आयटीआयच्या विद्यार्थ्यांकडून त्यांच्याकडे एक याचिका आली होती. तिच्यातील माहिती मी राष्ट्रपतींना सांगितली आणि ती याचिका तंजावरच्या जिल्हाधिकाऱ्यांकडे पाठवून देण्याचा सल्ला दिला. जिल्हाधिकारी या समस्यांवर कोणत्या उपाययोजना करू शकतील याविषयीचा अहवाल देण्यास आपण जिल्हाधिकाऱ्यांना सांगूया, असेही मी त्यांना सुचवले. कलामांनी माझे म्हणणे ऐकून घेतले आणि ते म्हणाले, "याविषयीची आणखी एक याचिकाही आहे."

मी म्हणालो, "नाही, सर. आपल्याकडे ही एकच याचिका आली आहे." ते म्हणाले, "नाही. आणखी एक याचिका आहे."

मी म्हणालो, "हीच एकमेव याचिका आहे." ते पुन्हा एकदा म्हणाले, "नाही. मि. नायर, आणखी एक याचिका आलेली आहे." माझ्याकडे गेले तीन दिवस ती सगळी कागदपत्रे होती. माझ्या स्मरणशक्तीवरही माझा गाढ विश्वास होता. त्यामुळे मी जवळजवळ

माझ्या म्हणण्यावर अंतिम शिक्कामोर्तब केल्याप्रमाणे म्हणालो, ''नाही, सर. तुम्ही दौऱ्यावर होतात. मी अगदी बारकाईने हे प्रत्येक कागदपत्र पाहिलं आहे. याच याचिकेच्या दुसऱ्या कॉपीविषयी कदाचित तुम्ही बोलत असाल.'' त्यावर राष्ट्रपती म्हणाले, ''ठीक आहे. मग इतर कागदपत्रांवर चर्चा करूया.''

त्याप्रमाणे आम्ही चर्चा केली आणि नंतर फाईल्सवरही चर्चा केली आणि माझ्या खोलीकडे मी परतलो. मी थोडासा अस्वस्थच होतो, कारण कलामांनी पाच वेळा मला याच प्रकारची आणखी एक याचिका आल्याचे सांगितले होते आणि मी तब्बल सहा वेळा त्यावर तशी याचिका आलीच नसल्याचे त्यांना सांगितले होते. मी पुन्हा एकदा सर्व कागदपत्रे पाहण्याचे ठरवले आणि मी जागच्या जागीच गारठून गेलो. तंजावरच्या आयटीआयच्या दुसऱ्या विभागाच्या विद्यार्थ्यांकडून आलेली याचिकाही त्यात होती. मी शरमलो. मी कामात कमी पडलो होतो. मी तातडीने स्टडी रूमकडे गेलो आणि म्हणालो, ''सर, मी आपली क्षमा मागतो. कशी कोणास ठाऊक; परंतु माझ्या नजरेतून ही याचिका सुटली होती. खरोखरच आणखी एक याचिका आलेली आहे. तंजावरच्या आयटीआयच्या दुसऱ्या विभागाच्या विद्यार्थ्यांनी ती पाठवली आहे. तुमचं म्हणणं बरोबर होतं. मी तुम्हाला चुकीची उत्तरं देत राहिलो होतो. मला माफ करा, सर. हे पुन्हा घडणार नाही.'' कलामांनी फक्त स्मित केले आणि ते म्हणाले, ''ठीक आहे. काही काळजी करू नका. या याचिकेवरही तुम्ही काही ना काही निर्णय घ्याल याविषयी माझी खात्री होती.'' मी माघार घेतली. माझा ताठा उतरला होता.

कलामांची स्मरणशक्ती 'विलक्षण' होती. त्यांच्याकडे समालोचनासाठी अनेक पुस्तके येत असत आणि सुदैवाने ती पुस्तके ते माझ्याऐवजी मंगोत्रांकडे पाठवत असत. मंगोत्रा रात्र रात्र जागून त्या पुस्तकांविषयीचे अभिप्राय तयार करत असत आणि त्यांच्या साहाय्याने दुसऱ्या दिवशी ते राष्ट्रपतींशी चर्चा करत. कायमस्वरूपी साहाय्यक असल्यामुळे त्यावेळीही मी तिथे उपस्थित असे. ते पुस्तक कशाविषयी आहे, ते मंगोत्रा स्पष्ट करून सांगत. ते किती चांगले किंवा वाईट आहे इ. तपशीलांविषयी ते बोलत आणि मध्येच अचानक राष्ट्रपती विचारत, ''मंगोत्राजी, पान क्र. २४ वरचा दुसरा परिच्छेद तुम्ही पाहिला आहे का? त्यात केवढा सुंदर विचार त्यांनी व्यक्त केला आहे. कृपा करून, सुंदर विचार मांडल्याबद्दल लेखकाला माझ्या शुभेच्छा कळवा.'' मी मंगोत्रांकडून ते पुस्तक घेत असे आणि पान क्र. २४ काढून दुसरा परिच्छेद पहात असे.

खरोखरच तो सुंदर परिच्छेद असे. अशा प्रकारची गोष्ट कित्येक वेळा घडलेली आहे. कार्यालयीन वातावरणात प्रत्येक गोष्टीकडेच संशयास्पद दृष्टीने पाहण्याची सवय जडलेला मी एक सरकारी अधिकारी होतो. जोपर्यंत प्रामाणिकपणा सिद्ध होत नाही किंवा एखादा राजकारणी तशी शिफारस किंवा प्रशंसा करत नाही, तोपर्यंत कार्यालयातील प्रत्येक जणच अप्रामाणिक असतो, हे मला माहिती होते. मी त्याच दृष्टीने कलामांचीही परीक्षा घेण्याचा प्रयत्न करत असे. त्यानंतर दुसऱ्या पुस्तकाविषयी सांगितले जात असताना त्यांनी पान क्र.

९६ पहायला सांगितले आणि त्यात लेखकाने जी गोष्ट सांगितली आहे, ती अगदी सत्य असल्याचा अभिप्राय व्यक्त केला. त्यावर मी म्हणालो, ''सर, पान क्र. ९६ वर लेखकाने मांडलेली बाबच त्याला अपेक्षित आहे आणि त्याने ती खरोखरच मनापासून मांडली आहे असं तुम्हाला वाटतं का?''

''नाही, मि. नायर. लेखकाने स्वतःच पान क्र. १५४ वर आपल्या मताचं खंडन केलं आहे. पान क्र. ९६ वरच्या आपल्या विचारांच्या अगदी विरुद्ध मत त्याने या पानावर व्यक्त केलं आहे,'' त्यांनी शांतपणे उत्तर दिले!

७

ए. पी. जे. अब्दुल कलाम हे आपल्या सर्वांसारखेच आहेत. होय. परंतु अगदी तंतोतंत आपल्यासारखे नाहीत. आपल्यापेक्षा त्यांच्या व्यक्तीमत्त्वात काही अधिक चांगल्या छटा आहेत, परंतु त्यांच्यासमवेत घालवलेल्या त्या पाच वर्षांच्या कालखंडात त्यांच्या व्यक्तीमत्त्वातील काही दोष आणि उणीवाही मला आढळल्या होत्या.

कलाम कधीच वेळ पाळण्यासाठी ओळखले जात नव्हते. त्यांच्यावर कोणी लक्ष ठेवले असेल, तर काय होईल, असे वाटून मी नेहमीच आश्चर्यचकित होत असे. कदाचित एकाच नव्हे तर कित्येक व्यक्तींचे त्यांच्यावर लक्ष असावे. त्यामागे काही कारणही होतेच. सकाळच्या मीटिंग्ज दुपारी अडीच वाजता होतील असे वेळापत्रकात नमूद असे. परंतु कधीच त्या तशा होत नसत. त्या नेहमीच २० ते ३० मिनिटे उशीरा सुरू होत. भारताच्या विविध भागांच्या दौऱ्यावर ते कधीही ठरलेल्या वेळी निघत नसत. एवढेच नव्हे; तर परदेशातील त्यांचे दौरेही असेच वेळा चुकवून सुरू होत. ते क्रिकेटचे फॅन होते, हे मला माहिती होते. परंतु दौऱ्याला अशा प्रकारे छक्का मारणे योग्य नव्हते कारण तो काही खेळ नव्हता. त्यांचा सचिव म्हणून या दिरंगाईचे मी कोणत्याही प्रकारे समर्थन करू शकत नसे आणि मी तसे काही समर्थन केले असते, तर त्यांना ते आवडलेही नसते याची मला खात्रीच आहे. कारण ते नेहमीच सत्याला सामोरे जाण्यासाठी सज्ज असत.

वेळ न पाळण्याच्या त्यांच्या या सवयीवर भरपूर टीका झाली. सहसा राष्ट्रपती देशांतर्गत किंवा परदेशाच्या दौऱ्यावर जातात, तेव्हा पुरेसे पोलीस आधीच तैनात केले जात असतं. त्यांच्या आगमनापूर्वी किंवा जाण्यापूर्वी सुमारे तीन तास पोलीसांना बोलावले जात असे. त्यांच्या जाण्याच्या किंवा येण्याच्या मार्गाचा संपूर्ण तपशील पोलिसांना दिलेला असतो. राष्ट्रपती घरी पोहचल्यानंतर सुमारे दोन ते तीन तासांनंतर या पोलिसांना आपापल्या घरी परतता येते. इतर वेळी होणाऱ्या दिरंगाईचे फारसे काही मनावर घेतले जात नसे. परंतु हिवाळ्यात राष्ट्रपतींची जाण्याची वेळ रात्री आठची असे. त्यामुळे संध्याकाळी पाचपासूनच पोलीस कॉन्स्टेबल तैनात करण्यात आलेले असत. मात्र त्याऐवजी राष्ट्रपती ८.३० वाजता प्रवासाला

सुरुवात करत. पोलीस त्यावेळीही अर्थातच कामावर असत. त्या मार्गावरील पोलिसांना साइेनऊनंतरच तिथून हलण्याची मुभा असे. तिथून ते आपापल्या पोलीस ठाण्यात जात आणि नंतर आपापल्या घरी जात. त्यांच्यापैकी काही जण तर शहराच्या बाहेरच्या भागात रहात असत. अशा वेळी संध्याकाळी पाचपासून काम करून ते पहाटे पहाटे आपापल्या घरी पोहचत. खरोखरच ही दुःखद गोष्ट होती! कदाचित कलामांना या गोष्टीचे गांभीर्य माहिती नसावे. मी त्यांना त्याविषयी सांगितले आणि त्यावेळी त्यांना खूपच दुःख झाले. त्यानंतरचे पुढचे दोन -तीन कार्यक्रम वेळेवरच पार पडले. मात्र त्यानंतर पुन्हा 'ये रे माझ्या मागल्या' सुरू झाले. कित्येक शास्त्रज्ञ विक्षिप्त असतात, असे आपण ऐकलेले आहे. जणू काही आपल्यापैकी शास्त्रज्ञ नसलेले बहुतांश लोक तसे नसतात! कलाम हे शास्त्रज्ञ होते; परंतु ते राष्ट्रपतीही होते आणि या दृष्टीने मी त्यांच्या या वर्तनाचे कोणत्याही प्रकारे समर्थन करणार नाही. अगदी शास्त्रज्ञ राष्ट्रपती असतानाही वेळा पाळल्यामुळे आपण दुसऱ्यांच्या वेळेचा आदर करतो, हे त्यांच्या लक्षात यायला हवे होते. कारण प्रत्येकालाच आपापले आयुष्य जगायचे असते आणि आपापली वैयक्तिक कामे आणि कर्तव्ये पार पाडायची असतात.

इथेच जाणीवपूर्वक नसले; तरीही कलाम अयशस्वी ठरले. ते हेतुतः हे नक्कीच करत नव्हते. परंतु तसे घडत मात्र होते.

मी तिसरीत असताना चेल्लम्मा टिचरने मला एक गोष्ट सांगितली होती, ती माझ्या कायमच लक्षात राहिली आहे. ''माणूस हे प्रमादांचे नाव आहे.'' अर्थातच त्यावेळी मला त्याचा अर्थ समजला नव्हता. परंतु इतरांच्या चुका, अपयश स्वीकारण्यासाठी मला या वाक्याचा नंतर खूपच उपयोग झाला, असे मला वाटते.

OOO

८

कलाम राष्ट्रपती भवनमध्ये राहण्यास आले यामुळेही काही वेगळ्या गोष्टी घडू लागल्या. तसे होण्याचे कारण म्हणजे कदाचित ते ब्रह्मचारी होते. मला पाटण्याच्या एका महिलेकडून आलेले पत्र मिळाले. (तिचे नाव मी इथे देऊ इच्छित नाही.) ते पत्र असे होते.

'विषयः राष्ट्रपती भवनातील अधिकृत यजमानीणपदासाठी (फर्स्ट लेडी) मी स्वतःच येऊ इच्छिते.

खूपच आदरणीय सर,

राष्ट्रपती भवनातील यजमानीणपदासाठी मी स्वतः येऊ इच्छिते. मी ५० वर्षांची असून माझे व्यक्तीमत्त्व प्रसन्न आहे. मी पाटणा विद्यापीठातून पदव्युत्तर पदवी मिळवली आहे. गृहविज्ञान हा माझा आवडता विषय आहे. आदरातिथ्याची मला आवड आहे. म्हणजे पाहुण्यांचे आगत स्वागत मी अधिक चांगल्या पद्धतीने करू शकते. तुम्ही मान्यता द्यावी, यासाठी माझा फोटो मी सोबत पाठवत आहे. प्रा.---- यांची मान्यता मी यासाठी मिळवली आहे. ते माझे पती असून खुल्या मनाचे सामाजिक व्यक्ती आहेत. अडचणीत असलेल्या आणि गरज असलेल्या व्यक्तीला मदत करण्याची त्यांची नेहमीच इच्छा असते. आमच्या घरात आम्ही फक्त दोघेच जण राहतो. म्हणूनच आपल्या सर्वांची सेवा करण्याची आणि धन्य होण्याची संधी तुम्ही मला द्यावी.' आपला नवरा 'खुल्या मनाचा सामाजिक व्यक्ती' असल्याचे सांगून ती काय सूचित करू पहात होती, ते मला माहिती नाही. कलामांना फर्स्ट लेडीची काहीच आवश्यकता नव्हती. आपल्या अनौपचारिक पद्धतीमुळे ते स्वतःच एक उत्तम यजमान होते. फर्स्ट लेडी नसल्याची उणीव बिल्कुल लक्षात न येऊ देताच शेकडो मेजवान्या आणि सामाजिक स्नेहसंमेलने उत्साहात पार पडली होती. कलाम तिथे असणे एवढी एकच गोष्ट लोकांच्या दृष्टीने महत्त्वाची होती.

OOO

९

१४ ऑगस्ट २००३. मॉन्सून मध्यावर आला होता, परंतु केवढा स्वच्छ दिवस होता तो! सर्वत्र उन पडले होते. सूर्य चांगलाच तळपत होता. मला निरभ्र आकाश पहायला आवडत असल्यामुळे माझे हृदय आनंदाने उचंबळत होते. दुसऱ्या दिवशी सर्वच क्षेत्रांतील लोकांसाठी आणि अधिकाऱ्यांसाठी राष्ट्रपतींनी स्वागत समारंभ आयोजित केला होता. राष्ट्रपती भवनाच्या मध्यभागी असलेल्या हिरवळीवर त्यांच्या स्वागतासाठी राष्ट्रपती स्वतः थांबणार होते. त्यांना नवीन वर्षाच्या शुभेच्छा देण्यासाठी त्या वर्षी आलेल्या लोकांच्या संख्येवरून स्वातंत्र्यदिनी येणाऱ्या लोकांच्या संख्येचा अंदाज येत होता. त्या वर्षी त्यांना शुभेच्छा देण्यासाठी सुमारे तीन ते चार हजार लोक आले असते आणि मध्यभागी असलेल्या हिरवळीवर तेवढे लोक आरामात थांबू शकले असते. मी झोपायला गेलो आणि मला चांगली झोप लागली, असे मला वाटते.

१५ ऑगस्टला मला वाटले की आपण सकाळी साडेसहाच्या सुमारास उठलो आहोत. मी घड्याळात पाहिले. परंतु तिथे तर सकाळचे सव्वा आठ वाजल्याचे दिसत होते. बाहेर तरीही अंधार होता आणि पाऊस कोसळत होता. आकाशात जमलेल्या काळ्याकुट्ट ढगांमुळे आणखी मुसळधार पाऊस कोसळणार असल्याचे स्पष्ट दिसत होते. मी बाहेर पाहिले आणि माझे मन विदीर्ण झाले. काहीतरी केलेच पाहिजे हे माझ्या लक्षात आले. परंतु काय करावे तेच सुचत नव्हते. मी कार्यालयात गेलो आणि माझ्या सगळ्या सहकाऱ्यांना बोलावून घेतले. सकाळी १०.२० च्या सुमारास माझ्या सगळ्या ज्येष्ठ सहकाऱ्यांसमवेत माझ्या खोलीत मी बसलो होतो.

मी खिडकीतून बाहेर पाहिले आणि त्या सर्वांनीही तसेच केले. निसर्ग बाहेर जो धुमाकूळ घालत होता, ते पाहून आम्ही सारेच जण निराश झालो होतो आणि प्रत्येकाच्याच चेहऱ्यावर त्या निराशेचे सावट स्पष्टपणे दिसत होते आणि अजूनही आणखी पाऊस कोसळणारच होता. आता आपण काय करावे, असे माझ्या सहकाऱ्यांना मी विचारले. राष्ट्रपतींचा स्वागत समारंभ संध्याकाळी साडेपाचच्या सुमारास सुरू होणार होता. आम्ही तो राष्ट्रपती भवनात आतील

बाजूला साजरा करू शकत नव्हतो. कारण हजारोंच्या संख्येने पाहुणे येणार होते. कुठून तरी दोन हजार छत्र्यांची सोय करण्याविषयी मी सतीश माथुरना सांगितले. ते कार्यक्षम अधिकारी होते.

त्यांनी ताबडतोब लष्कराशी आणि पोलिसांशी संपर्क साधला आणि वीस मिनिटांच्या आत तिथे येऊन त्यांनी सांगितले, ''सर, काम झालं आहे.''

राष्ट्रपती वरच्या बाजूला असलेल्या शयनकक्षात होते. मला त्यांची भेट घ्यायची होती. मी त्यांना तसे कळवले. मी त्यांना १२.१० वाजता भेटू शकेन असा निरोप त्यांनी मला पाठवला. मी त्यांच्या खोलीत प्रवेश करताच ते उद्गारले, ''मि. नायर, बाहेर पहा तरी! किती प्रसन्न दिवस आहे! खूपच थंड हवा आहे.'' मला मात्र अजिबात थंड वगैरे काही वाटत नव्हते. मी म्हणालो, ''सर, आज तुम्ही हजारो लोकांचं स्वागत करणार आहात. आजच्या समारंभाचं यजमानपद तुमच्याकडे आहे. अशा हवेत आता आपण काय करायचं?''

''अंऽ नाही. अजिबात काळजी करू नका. आपण भवनाच्या आतील बाजूला समारंभाचं आयोजन करूया.'' ते म्हणाले.

''नाही सर,'' मी त्रासिकपणे म्हणालो, ''आपण आतील बाजूला जेमतेम सहाशे ते सातशे लोकांच्या खाण्याची व्यवस्था करू शकू. दोन ते तीन हजार लोकांची सोय आपण करू शकणार नाही आणि तेवढे लोक येतील अशी अपेक्षा आहे. अर्थातच दोन हजार छत्र्यांची सोय आपण केली आहे, परंतु त्या पुरेशा ठरणार नाहीत.''

राष्ट्रपतींनी माझ्याकडे पाहिले, परिस्थितीचा आढावा घेतला आणि हताशपणे ते म्हणाले, ''ठीक आहे. मग मी काय करू शकतो? पाऊस पडत असेल, तर आपण सारेच जण भिजून जाऊ. एवढंच तर होईल.''

यामुळे मला मात्र दिलासा मिळाला नव्हता. पाऊस पडला असता, तर आम्ही सारेच भिजून गेलो असतो हे मलाही माहिती होते. ज्या मनःस्थितीत मी आत गेलो होतो, त्याहून अधिक चांगल्या मनःस्थितीत मी खोलीतून बाहेर पडताना नक्कीच नव्हतो. त्या लांबट खोलीच्या बाहेर पडत असतानाच कलामांनी मला हाक मारली. ''मि. नायर, इकडे या. तुमचा चेहरा असा का आहे?'' मला वाटत होते की माझा चेहरा चांगला आहे. अर्थातच सुरुवातीला त्याविषयी माझ्याशी उत्साहाने भरभरून बोलणारी माझी पत्नी अलीकडे तो विषय अगदी चलाखीने टाळत होती. परंतु मी तेव्हा काही फार उत्तम दिसत नव्हतो, हे मलाही माहिती होते.

मी तसाच खिळल्यासारखा उभा राहिलो आणि विचारले, ''काय सर?''

ते म्हणाले, ''मि. नायर, काळजी करू नका.'' त्यांनी आकाशाकडे हात दाखवला आणि ते म्हणाले, ''मी तिकडे बोलून ठेवलं आहे. त्यामुळे काहीच काळजी करू नका.''

मी परत आलो. त्यांचा शेरा ऐकून मी विचारमग्न झालो होतो. आकाशातील कोणाशी ते काय बोलले होते याचे मला आश्चर्य वाटत होते. तोपर्यंत दुपारचे १२.३८ वाजले होते.

त्यानंतर जे काही घडले तो एक चमत्कारच होता. दोनच्या सुमारास पाऊस थांबला. सूर्य ढगाआडून बाहेर आला आणि सर्वत्र थोडे ऊन पडले. माझी टिम हिरवळीवरील स्वागत समारंभाच्या तयारीला लागली होती. काही मिनिटेच गेली असतील; नसतील आणि सूर्य पुन्हा छान तळपू लागला.

संध्याकाळचे ५.३० झाले होते. राष्ट्रपती मिरवणुकीने आले. त्यांनी सलामी स्वीकारली आणि पाहुण्यांच्या स्वागतात ते रमून गेले. ते त्यांच्याशी गप्पा मारत होते आणि जवळजवळ सर्वच पाहुण्यांसमवेत त्यांनी फोटो काढून घेतले. त्यानंतर पाहुण्यांनी चहा आणि खाद्यपदार्थ चाखले आणि काही सुदैवी लोक राष्ट्रपतींशी बोललेही!

संध्याकाळचे ६.१५ वाजले होते. आता समारंभ जवळजवळ संपलाच होता. राष्ट्रपती ताठ उभे राहिले. राष्ट्रगीत झाले आणि दोघा एडीसींबरोबर मिरवणुकीमधून ते समारंभाच्या स्थळाहून निघाले. त्यांच्या पाठोपाठ लष्करी सचिव आणि लष्करी उपसचिवही होते. ते इमारतीत पोहचले आणि नंतर पुन्हा एकदा पाऊस कोसळू लागला! परंतु तो स्वागत समारंभ अत्यंत उत्कृष्टरित्या पार पडला होता.

३१ ऑगस्ट २००३ च्या अंकात 'द वीक'ने या कार्यक्रमाचा वृत्तांत असा दिला होता.

विचारी निसर्गमातेने भारताच्या स्वातंत्र्यदिनाविषयीचा आपला पूज्य भाव आणि आदर आज व्यक्त केला. १५ ऑगस्ट १९४७ रोजी इंडिया गेटवर दुपारी ध्वजवंदन झाले आणि तिरंगा झळकल्याबरोबर आकाशात सप्तरंगी इंद्रधनुष्य झळकल्याची ऐतिहासिक नोंद आहे.

राष्ट्रपती ए. पी. जे. अब्दुल कलाम यांच्या निवासस्थानी आयोजित झालेल्या समारंभाविषयीही मान्सूनच्या ढगांनी असाच आदर व्यक्त केला. पंधरा ऑगस्टला सकाळपासूनच मुसळधार पाऊस कोसळत होता. परंतु मुघल गार्डन्स येथे राष्ट्रपतींच्या आगमनाआधी तासभर पाऊस थांबला आणि ज्या क्षणी ते तिथून निघून गेले, त्याच क्षणापासून पुन्हा एकदा संततधार पाऊस सुरू झाला. त्यामुळे आलेले पाहुणे किंचित भिजले.

राष्ट्रपतींच्या कर्मचाऱ्यांना मात्र हा समारंभ निसर्गाच्या मर्जीवर सोपवायचा नव्हता. त्यामुळे त्यांनी शेकडो छत्र्या विकत घेतल्या होत्या. आता त्या छत्र्यांविषयी सांगतो. महत्त्वाचे पाहुणे निघून गेल्यानंतर त्या छत्र्यांपैकी काही छत्र्या चक्क नाहीशा झाल्या होत्या!

○○○

१०

माझा देवावर ठाम विश्वास आहे, परंतु असामान्य शक्ती असलेली, देवत्व लाभलेली माणसे असतात, यांवर माझा विश्वास नाही. परंतु काही गोष्टी नेहमीचे तर्कशास्त्र उधळून लावतात आणि तुमच्या तोंडातून आश्चर्याने शब्दही फुटत नाही. मग आपण नेहमीची प्रतिक्रिया व्यक्त करतो, की 'अशा गोष्टी कधी कधी घडतात.' जणू काही या वाक्यामुळे प्रत्येक गोष्टीचे स्पष्टीकरण मिळू शकते!

देशाच्या आजपर्यंत झालेल्या सर्व राष्ट्रपतींहून कलाम हे अधिक प्रवास करणारे राष्ट्रपती होते. त्यांनी १७५ हून अधिक दौरे केले. दर दुसऱ्या आठवड्याला त्यांचा कुठे ना कुठे दौरा असे. फक्त लक्षद्वीप वगळता सर्व राज्यांना आणि केंद्रशासित प्रदेशांना त्यांनी भेटी दिल्या. त्यांच्या कार्यक्रमाच्या वेळापत्रकाचा विचार करता 'भेटी दिल्या' हा कदाचित चुकीचा शब्द ठरू शकेल.

त्यांनी ग्रामीण भागांना भेटी दिल्या आणि सर्वत्र सुरू असलेल्या विकासकामांची पाहणी केली. जुलै २००७ मध्ये ते लक्षद्वीपलाही भेट देणार होते, परंतु या कार्यक्रमाची आखणी करण्यात मान्सूनच्या मुसळधार पावसामुळे व्यत्यय आला. सन २००३ च्या मे महिन्यात राष्ट्रपती कलाम यांना ओरिसाचा दौरा करायचा होता. ते भुवनेश्वरला जाऊन तिथून बारीपाडा, रुरकेला, चंडीखोल आणि निराकरपूरला हेलीकॉप्टरने जाणार होते. १४ आणि १५ मे २००३ या तारखा त्यासाठी निश्चित करण्यात आल्या होत्या.

१२ मे २००३. सकाळची मीटिंग नेहमीप्रमाणेच दुपारी सुरू झाली होती. लष्करी सचिव मेजर जनरल के. एस. डोग्रा आणि मी कलामांसोबत होतो.

" सर," डोग्रा म्हणाले, "तुम्ही १४ तारखेला ओरिसाला जाण्याचं नियोजन करत आहात. परंतु आंध्र प्रदेशकडून ओरिसाच्या दिशेने चक्रीवादळ घोंघावत येत असल्याचा अहवाल मला मिळाला आहे."

कलामांनी त्यांच्याकडे पाहिले आणि नंतर माझ्याकडे पाहून ते म्हणाले, ''बघूया. आपल्याकडे अजून दोन दिवसांचा अवकाश आहे.'' आणि नंतर सकाळची मीटिंग तशीच पुढे सुरू राहिली. नेहमीप्रमाणे प्रसंगोचित असलेली आणि नसलेली कागदपत्रे, फाईल्स आणि पत्रे यांवर आम्ही तेवढ्याच आनंदाने चर्चा करत राहिलो.

१३ मे २००३. खूपच मोठे चक्री वादळ ओरिसाच्या दिशेने पुढे सरकत असल्याचे वृत्तपत्रांमध्ये छापून आले. पुन्हा एकदा सकाळची मीटिंग सुरू होती. डोग्रा चिंताग्रस्त होते आणि त्यांचे चिंताग्रस्त असणे योग्यच होते.

''सर, मला वाटतं, की आपण तुमचा दौरा रद्द करूया. कारण उद्याच ओरिसात चक्रीवादळ दाखल होणार आहे,'' ते म्हणाले.

मी कलामांकडे पाहिले. त्यांच्या चेहऱ्यावर कमालीचे नैराश्य होते. त्यांनी टेलीफोनचा रिसीव्हर उचलला आणि स्वतःच हवामान खात्याच्या प्रमुखाला फोन केला. ''सर, तुम्ही ओरिसाला जाण्याचा प्रश्नच उद्भवत नाही, कारण उद्याच ओरिसाला चक्रीवादळाचा तडाखा बसणार आहे.'' आता अगदी अचूक भाकीत करण्यात आले होते. हवामानाचा स्पष्ट अंदाज समोर होता. राष्ट्रपती क्षणभर घुटमळले आणि नंतर डोग्रांकडे वळून ते म्हणाले, ''आपण हवाई दलाला विचारून पाहूया.''

हवाई दलाच्या संबंधित खात्याला फोन जोडून दिला गेल्यानंतर राष्ट्रपती स्वतः त्यांच्याशी बोलले, ''सर, भुवनेश्वरला आम्ही तुम्हाला फिक्सड विंग एअरक्राफ्टने नेऊ शकू. परंतु तिथून पुढे हेलिकॉप्टरने जाणं तुम्हाला चक्रीवादळामुळे अजिबातच शक्य होणार नाही.'' एअर मार्शल दर्जाच्या अधिकाऱ्याने स्पष्ट केले. फोन स्पीकर मोडवर असल्यामुळे हे सारे संभाषण आम्ही ऐकू शकलो होतो. कलामांनी रिसीव्हर खाली ठेवून आमच्याकडे निराशेने, दुःखी चेहऱ्याने पाहिले.

मी क्षणभर थांबलो आणि नंतर म्हणालो, ''सर, ओरिसाचे मुख्य सचिव माझ्या बॅचचेच आहेत. मला त्यांच्याशी बोलू देत आणि नंतर दुपारी तीनपर्यंत मी तुम्हाला काय झाले ते सांगतो.'' त्यावेळी दुपारचा एक वाजला होता. कलामांनी ते मान्य केले.

डोग्रा आणि मी खोलीतून बाहेर पडलो. प्रदीप मोहंतीला मी फोन लावला. ''आता परिस्थिती कशी आहे? कशी वाटतेय? मी चक्रीवादळाच्या संदर्भात बोलतो आहे,'' मी त्याला म्हणालो.

''ठीक आहे, पीएम (माझे मित्र नेहमीच माझ्या नावाच्या आद्याक्षरांनी मला हाक मारतात.) आता खूपच शांतता आहे, परंतु हवामान खात्याच्या अंदाजानुसार, भुवनेश्वरला उद्या सकाळी चक्रीवादळाचा तडाखा बसेल. त्यामुळे मदतकार्याची जय्यत तयारी करून आम्ही वाट पहात आहोत,'' प्रदीपने उत्तर दिले.

डोग्रा माझ्याकडेच बघत होते. मीही त्यांच्याकडेच पाहिले. त्या क्षणी मला काय वाटले कुणास ठाऊक! मी कलामांना म्हणालो, ''सर, तुम्ही नियोजनाप्रमाणे ओरिसाला जा.''

डोग्रांना बसलेला धक्का मला जाणवत होता. राष्ट्रपतींनी काही प्रतिक्रिया व्यक्त करण्याआधीच डोग्रांनी मला विचारले, ''सर, तुम्ही हे काय बोलत आहात? उद्या तिथे चक्रीवादळाचा तडाखा बसणार आहे आणि तुम्ही त्यांना तिकडे जायला सांगताय?'' मी म्हणालो, ''होय. जर हवामान एवढे खराब असेल, तर ते हेलिकॉप्टरने इतर गावांना भेटी देणार नाहीत. परंतु फिक्स्ड विंग एअरक्राफ्टने ते भुवनेश्वरला तर जाऊ शकतील. तेथील कार्यक्रम ते पूर्ण करू शकतील आणि परत येतील. त्यामुळे ठरलेल्या वेळापत्रकानुसार राष्ट्रपती ओरिसाला जातील.'' डोग्रा सुन्न झाले होते. परंतु कलामांचा चेहरा उजळला होता. त्यांच्या सचिवाकडून अतार्किक का असेना; परंतु एवढी हमी दिली गेली होती.

त्यानंतर जे घडले त्यावर विश्वास ठेवणेही कठीण आहे. दुसऱ्या दिवशी सकाळपासून सुरू होणाऱ्या ओरिसा दौऱ्याची तयारी राष्ट्रपती भवनात जोरात सुरू होती. डोग्रा आपल्या इच्छेविरुद्धच या दौऱ्यासाठी आपली बॅग भरत होते. आणि नंतर...

दूरदर्शनच्या बातम्यांतून असे सांगण्यात आले, की तोपर्यंत दुष्टपणाने ओरिसाच्या दिशेने सरकणारे चक्री वादळ थबकले होते आणि त्याचा जोरही ओसरू लागला होता. सकाळ झाली. कलाम भुवनेश्वरला गेले आणि हेलिकॉप्टरने त्यांनी ठरल्याप्रमाणे आसपासच्या परिसरातील गावांचा दौराही केला आणि नंतर ते दिल्लीला परतले.

चक्रीवादळ तिथेच थबकले होते. हवामान खात्याचे अहवाल आणि त्यावर 'हिंदु'ने केलेले भाष्य यामुळे या विषयावर चांगलाच प्रकाश पडतो.

भारतीय हवामान खाते

नं. /बीओबी /०६/ २००३ तारीख १४ मे २००३.

विषय : बंगालच्या उपसागरात अत्यंत तीव्र आणि भयावह चक्रीवादळ

संदर्भ : आयएमडी नोट ऑफ इव्हन नं. तारीख : १३ मे २००३.

बंगालच्या उपसागराच्या मध्यवर्ती भागात अत्यंत भयावह आणि गंभीर चक्रीवादळ निर्माण झाले असून ते कालपर्यंत हळूहळू उत्तरेकडे सरकत होते. आता ते आग्नेयेला ५०० किलोमीटरवर विशाखापट्टणमच्या दिशेने सरकू लागले आहे. हे विचारात घेता, आंध्र प्रदेश किनारपट्टीचा धोक्याचा इशारा रद्द करण्यात आला आहे. मात्र उत्तर आंध्र प्रदेश आणि ओरिसा किनाऱ्याला असलेला धोका अद्याप तसाच आहे.

मुसळधार ते अत्यंत मुसळधार पाऊस आणि चक्रीवादळ यांचा उद्या सकाळी उत्तर आंध्र प्रदेश ते ओरिसाच्या किनारपट्टीला तडाखा बसण्याचा धोका आहे. उद्या याविषयीची ताजी माहिती पुन्हा एकदा दिली जाईल.

(आर. आर. केळकर)

हवामान खात्याचे सरसंचालक

द हिंदु .

१४ मे २००३.

चक्रीवादळाचा आंध्र प्रदेश, ओरिसाला धोका

(आमच्या बातमीदाराकडून)

भुवनेश्वर, मे १३ : बंगालच्या उपसागरात तयार झालेले भयावह चक्रीवादळ वायव्येकडे सरकले असून ते अत्यंत भयावह आहे, यात शंकाच नाही. परादीपपासून ९०० किलोमीटरवर दक्षिण–नैऋत्येकडे ते आज दुपारी अडीच वाजता सरकले आहे. आता हे वादळ आणखी उत्तर–वायव्येकडे सरकत जाऊन आंध्र प्रदेशच्या उत्तरेला आणि ओरिसाच्या किनारपट्टीला आणि भुवनेश्वरला तडाखा देईल, अशी माहिती हवामान खात्याच्या केंद्राने आज संध्याकाळी दिली. येत्या ४८ तासांत मुसळधार ते धुवांधार पाऊस आणि गतिमान वाऱ्यांचा जोरदार तडाखा ओरिसाच्या किनारपट्टीवरील जिल्ह्यांना बसण्याची शक्यता आहे. मच्छिमारांना समुद्रात न जाण्याचा इशारा देण्यात आला आहे.

हैदराबादच्या आमच्या खास बातमीदाराकडून: तमिळनाडूचा किनारा सोडून निघालेले चक्रीवादळ आता सहाशे किलोमीटर दक्षिणेला मच्छलीपट्टणमच्या दिशेने सरकले आहे. त्यामुळे सर्वच्या सर्व दहाही जिल्ह्यांना धोका असून तिथे मुसळधार पाऊस आणि ताशी सुमारे २०० किलोमीटर वेगाचे जोरदार वारे वाहण्याचा धोका असल्याचा अंदाज हवामान खात्याने वर्तवला आहे. हा तडाखा सकाळी बसण्याची शक्यता आहे.

द हिंदु,

गुरुवार, १५ मे २००३

चक्रीवादळाचा जोर ओसरला

(आमच्या बातमीदाराकडून)

भुवनेश्वर, मे १४ : पश्चिम मध्य किनारपट्टीवर घोंघावत असलेले चक्रीवादळ आता थबकले असून परादीपच्या दक्षिण–नैऋत्य दिशेला ६०० किलोमीटरवर त्याचा केंद्रबिंदू आहे. हवामान खात्याच्या सूत्रांनी आज संध्याकाळी ही माहिती दिली. आता चक्रीवादळ आणखी तीव्र बनून उत्तरेच्या दिशेला सरकू लागण्याची शक्यता आहे. उत्तर आंध्र प्रदेश आणि ओरिसाच्या किनारपट्टीच्या दिशेने ते सरकेल. किनारपट्टीवरील सर्वच्या सर्व ११ जिल्ह्यांमध्ये जोरदार वाऱ्यांसह मुसळधार पाऊस कोसळण्याची शक्यता आहे.

द हिंदु,

शनिवार, १७ मे २००३.

चक्री वादळाचा धोका टळला

(आमच्या बातमीदाराकडून)

भुवनेश्वर, मे १६ : उत्तर आंध्र प्रदेश आणि ओरिसा किनारपट्टीला असलेला चक्रीवादळाचा धोका टळला असून पश्चिम मध्य उपसागरात चक्रीवादळ सरकले आहे. आज त्याने आपली दिशा बदलली आणि त्याचा भरही ओसरला आहे. वादळ तिथेच थबकले असून परादीपच्या दक्षिणेला ५५० किलोमीटरवर त्याचा केंद्रबिंदू आहे. ही माहिती स्थानिक हवामान कार्यालयाने दिली. कदाचित ते वायव्येकडे सरकण्याची शक्यता आहे.

ooo

अशाच आणखी दोन घटनाही घडल्या होत्या. त्यांच्यापैकी फक्त एकाच घटनेचा उल्लेख मी करणार आहे. जुलै २००५. राष्ट्रपती दक्षिण भागाच्या दौऱ्यावर जाणार होते. त्यांच्या दौऱ्यात तिरुअनंतपुरम, कोची आणि अलाप्पुझा या गावांचा समावेश होता. २९ जुलैला ते हेलिकॉप्टरने कोचीला जाणार होते आणि तिथून अलाप्पुझाला जाणार होते. आम्ही कोचीच्या नेडमबस्सारी विमानतळावर पोहचलो तेव्हा आभाळ भरून आले होते आणि मुसळधार पावसामुळे सगळीकडे पाण्याची डबकी साचली होती. हेलिकॉप्टरचा पायलट राष्ट्रपतींची भेट घ्यायला आला. त्याने समोरचे काहीच स्पष्ट दिसत नसल्याचे त्यांना सांगितले. त्यामुळे अलाप्पुझाला जाण्यासाठी हेलिकॉप्टरचे उड्डाण करणे अशक्य असल्याचे त्याचे म्हणणे होते. नेहमीप्रमाणेच कलाम शांत होते. त्यांनी त्या हवाई दलाच्या अधिकाऱ्याला सांगितले, ''ठीक आहे. आपण अर्धा तास वाट पाहू आणि मग काय ते ठरवू.''

अर्धा तास निघून गेला. त्यानंतर आणखी काही मिनिटांचा कालावधीही उलटला. आता पावसाचा भर थोडासा ओसरला होता. थोडेफार दिसूही लागले होते. पायलटला बोलावणे धाडण्यात आले. ''चला जाऊया,'' कलाम म्हणाले. पायलट अस्वस्थ होता. धैर्य गोळा करून तो आदरपूर्वक पुटपुटला, ''सर, नाही सर. अलाप्पुझाच्या दिशेने जाण्यासाठी समोरचे काहीच दिसत नाही आणि आणखी थोडा वेळ तरी हे वातावरण तसेच राहण्याची शक्यता आहे. आपण तिथे उतरू शकणार नाही, सर.''

कलामांनी आजूबाजूला पाहिले आणि नंतर आकाशाच्या दिशेला पाहिले. त्यानंतर खाली पाहून त्यांनी विचारले, ''आपण इथूनच उड्डाण करू शकू का?''

''होय सर. आपण ते करू शकू. परंतु आपण अलाप्पुझाला उतरू शकणार नाही''. पायलट म्हणाला.

'' ठीक आहे. मग आपण उड्डाण तर करूया. आपण अलाप्पुझाला उतरू शकलो नाही, तर परत येऊ.'' कलामांनी अंतिम शिक्कामोर्तब केल्याच्या स्वरात त्याला सांगितले. मी त्यांच्या शेजारीच होतो. अर्थपूर्ण स्मित करत ते माझ्याकडे वळले आणि पुटपुटले, ''आपण तिथे उतरूसुद्धा!''

आम्ही उड्डाण केले. अलाप्पुझा हेलिकॉप्टरने तिथून फक्त पंधरा मिनिटांच्या अंतरावर होते. समोरचे काहीच दिसत नव्हते. आम्ही उड्डाण केल्याबरोबर लगेचच आमच्या लक्षात आले, की काही मिनिटांतच आम्हाला कोचीला परतावे लागणार होते. उड्डाण करून दहा मिनिटे झाल्यानंतर मात्र आकाश एकाएकी निरभ्र होऊ लागले. आम्ही त्यावेळी अलाप्पुझाच्या वरच्या भागात होतो. खिडकीतून खाली पाहिल्यावर आम्हाला हेलीपॅड स्पष्टपणे दिसत होते. पाऊस थांबला होता. सूर्य ढगांतून बाहेर आला होता. सर्वत्र चांगलेच ऊन पडले होते. आता खाली पाहिल्यावर संपूर्ण शहर स्पष्टपणे दिसत होते. नेहमीप्रमाणेच हेलिकॉप्टर हळुवारपणे आणि खात्रीपूर्वक उतरवले गेले. हेलिकॉप्टरचा गरगरणारा पंखा थांबला. दरवाजा उघडला गेला. कलाम पुढच्या सीटवर बसले होते. ते उठून उभे राहिले. त्यांनी मागे बसलेल्या आम्हा सर्वांकडे वळून पाहिले आणि स्मित केले. आपला अंगठा उंचावून दाखवून विजयी मुद्रेने ते बाहेर पडले. आम्हीही त्यांच्यापाठोपाठ बाहेर पडलो. घटनांनी घेतलेल्या वळणामुळे आम्ही चकित झालो होतो. मात्र त्याच वेळी आम्हाला आनंदही झाला होता. कलामांनी वेळापत्रकानुसार अलाप्पुझामधील सर्व कार्यक्रम पार पाडले आणि ते कोचीला परतले. आणखी एकदा हवामानाचे देव झुकले होते. जे काही घडले होते ते कलामांच्या जन्मजात चांगुलपणामुळे घडले होते. आम्ही मात्र चकित झालो होतो.

शेक्सपिअरने याविषयी नेहमीप्रमाणेच छानशी टिप्पणी केली आहे. तो म्हणतो, ''होरॅशिओ, तुझ्या तत्त्वज्ञानानुसार तू ज्या गोष्टींचे स्वप्न पाहिले असशील, त्याहून कितीतरी अधिक गोष्टी स्वर्गात आणि पृथ्वीवर आहेत.''

११

कलामांना प्रत्येक गोष्टच महत्त्वाची वाटत असल्यामुळे त्यांच्या दृष्टीने कोणतीही गोष्ट महत्त्व नसलेली अशी नव्हतीच. आम्हाला लोकांकडून अनेक पत्रे येत आणि त्यापैकी काही पत्रांच्या आशयाच्या सूज्ञपणाविषयी शंका घेण्याजोगी परिस्थिती असे. परंतु अशी वेडगळपणाची पत्रेही विचारात घेतली जात आणि त्यांच्यावरही चर्चा केली जात असे. आम्हाला एका व्यक्तीने पाठवलेले पत्र मला आठवते आहे. त्याने आपल्या लेटरहेडवर 'जागतिक नेता' आणि 'जगाचा अध्यक्ष'असे छापून घेतले होते. अमेरिकेचा रशियापासून बचाव करण्यासाठी कलामांनी काय करावे (त्याने रशियाचा उल्लेख यूएसएसआर असा केला होता.) यावर त्याने कलामांना सल्ला दिला होता. व्हॅटिकन आणि मक्का यांच्या माध्यमातून हा बचाव करता येईल असे त्याचे म्हणणे होते. त्याने या पत्राखाली 'देवदूत' अशी सही केली होती. हे पत्रही 'सकाळच्या मीटिंगमधील चर्चेसाठी' असा शेरा लिहून आले होते.

ते पत्र मीटिंगमध्ये चर्चेसाठी घेण्याखेरीज माझ्याकडे काहीच पर्याय नव्हता. मी म्हणालो, "सर, कुठल्या तरी मूर्ख माणसाने हा मूर्खपणाचा मजकुर लिहिला आहे. आपण त्यावर आपला वेळ कशाला वाया घालवायचा?" कलाम म्हणाले, "ठीक आहे. तुम्ही असं म्हणत असाल, तर आपण त्यावर काहीच कृती करायला नको."

ते राष्ट्राध्यक्ष झाल्यानंतरच्या सुरुवातीच्या काही आठवड्यांमध्ये घडलेली ही गोष्ट असावी, असे मला वाटते. आग्ऱ्यातील एका लहान मुलीने ई मेल पाठवला होता. त्यात म्हटले होते, 'अंकल, आमच्या परिसरात फक्त एकच पार्क आहे आणि त्या पार्कमध्येही फक्त एकच सीसॉ आहे. तोही गेल्या दहा दिवसांपासून मोडला आहे. परंतु कोणीच त्याकडे लक्ष देत नाही.' आणि हा ई मेलही सकाळच्या मीटिंगमधील चर्चेसाठी आला. "मग आता आपण यावर काय करूया?" आपल्या विशिष्ट शैलीत कलामांनी विचारले. मी म्हणालो, "सर, मी जिल्हाधिकाऱ्यांबरोबर बोलतो." मी तसे केले आणि ते काम झाले. त्यानंतर पुन्हा एकदा त्या मुलीकडून कलामांना ई मेल आला. त्यात तिने म्हटले होते, "अंकल, थँक यू. आता तो सीसॉ पुन्हा चांगला करण्यात आला आहे." परंतु तिने त्यात पुढे आणखी म्हटले

होते, 'पण अंकल, तुम्ही एवढे चांगले आहात. मला तुम्हाला भेटायचं आहे. तुमची भेट कधी घेता येईल?''

आता मी तुम्हाला आणखी एक प्रसंग सांगतो. २० जुलै २००६ रोजी एका महिलेने आपल्या पाच वर्षांच्या घोड्याच्या तट्टूविषयीची तक्रार राष्ट्रपतींना पत्रातून कळवली होती. त्यात तिने म्हटले होते, की तिच्या घोड्याच्या खुरांचा दाह होत होता आणि त्यामुळे घोड्यावरून रपेट करणाऱ्या लोकांचा समूह त्याविषयी किळसवाण्या अफवा पसरवत होता. तिने त्याच्या औषधोपचारांविषयीही कळवले होते. शिवाय त्याची ती कशी काळजी घेत आहे, याविषयीही तिने सांगितले होते. त्याला ती कोणता आहार देत होती याचे वर्णनही तिने त्या पत्रात केले होते. एका बाजूला समास सोडून टाईप करून पाठवलेल्या त्या दोन पानी पत्रात तिला याविषयी राष्ट्रपतींचा सल्ला आणि मार्गदर्शन हवे असल्याचे तिने म्हटले होते. हे पत्रसुद्धा सकाळच्या मीटिंगसाठी माझ्याकडे आले. अखेरीस कलामांच्या आग्रहाखातर त्याची नोंद करून घेऊन त्या महिलेला पत्राची पोच पाठवण्यात आली.

पत्रे आणि ई मेल्स यांच्याबाबतीत कलाम अगदी काटेकोर होते, हे मी याआधीही तुम्हाला सांगितले आहे. प्रत्येक पत्राला आणि ई मेलला उत्तर पाठवलेच पाहिजे असा त्यांचा दंडक होता. त्यामुळे राष्ट्रपती भवनाच्या प्रशासनावर मोठाच बोजा पडत होता. परंतु तेही ठीक होते. मला एवढीच काळजी वाटत होती, की बहुतेक संबंधित अधिकारी राष्ट्रपती भवनाकडून जाणाऱ्या संदेशांवर लगेच कार्यवाही करत होते. परंतु अति संदेश जाऊ लागले असते, तर कदाचित त्या संदेशांचा मान कमी झाला असता. त्यांनी ते संदेश सहजपणाने घेतले असते. त्यामुळे मी आणि माझ्या सहकाऱ्यांनी असा निर्णय घेतला, की फक्त अत्यंत महत्त्वपूर्ण संदेशच राज्य सरकारकडे पाठवावेत आणि त्यांच्यावर अहवाल मागवावा. इतर संदर्भ किंवा संदेश फक्त माहितीसाठी म्हणून पुढे पाठवून द्यावेत आणि त्यानंतरही अत्यल्प महत्त्वाचे संदेश हे फक्त राष्ट्रपती भवनाकडे आलेले संदेश एवढाच अभिप्राय लिहून पाठवून द्यावेत. मला इथे माझ्या या अपराधाची कबुली दिलीच पाहिजे, कारण आम्ही हा निर्णय घेतला होता. विविध महाविद्यालयांमध्ये प्रवेश मिळावा म्हणून शिफारस करण्यासाठी अनेक पत्रे येत असत. काही व्यावसायिक आणि इतर अभ्यासक्रमांचाही त्यात समावेश असे. त्यावर विशिष्ट ओळी लिहून पाठवल्या जात असत. त्या अशा : 'हे पत्र आम्हाला प्राप्त झाले आणि कोणतीही शिफारस न करता आम्ही ते आपल्याकडे पाठवून देत आहोत. आपल्या नियम आणि प्रक्रियेनुसार त्याची योग्य ती विल्हेवाट लावावी.' पद्मश्रीपासून भारतरत्नपर्यंत विविध पारितोषिके आणि सन्मान आपल्याला दिले जावेत, अशी मागणी करणारीही अनेक पत्रे आमच्याकडे येत. याशिवाय राज्यपाल आणि राजदूत म्हणून नियुक्त्यांसाठीही पत्रे येत. अगदी प्रतिष्ठित प्रकारच्या सेवेतून आणि मी ज्या प्रकारच्या सेवेत होतो त्या आयएएससारख्या उच्च सेवेतून निवृत्त झालेले कित्येक अधिकारी आत्मप्रशंसापर पत्रे पाठवून राज्यपाल पदासाठी आपणच कसे अगदी योग्य आहोत हे पटवून देण्याचा प्रयत्न करत असत. अगदी लज्जास्पद वाटणारी ही बाब मला इथे सांगितलीच पाहिजे. प्रशासकीय सेवा एवढी खालच्या पातळीवर उतरलेली आहे, हे मला

खरोखरच तोपर्यंत माहिती नव्हते आणि त्यांना योग्य उत्तरे पाठवून तशी माहिती कळवणे हे माझे कर्तव्य होते आणि मी ते करत होतो. कदाचित कलामांना हे कधीच समजले नव्हते आणि मीही कधी त्यांना त्याविषयी सांगितले नाही.

''या माणसानी आत्मघातकी कृत्य केले तर?'' कलामांनी त्यांच्या विशिष्ट पद्धतीने आश्चर्याने विचारले. ती त्या दिवसाची सकाळची मीटिंग होती. पुणे जिल्ह्यातील एका व्यक्तीने त्यांना एक पत्र पाठवले होते आणि त्यावर त्यांनी हे मत व्यक्त केले होते. तीव्र आर्थिक अडचणींमुळे त्याला आणि त्याच्या कुटुंबीयांना किती क्लेश भोगावे लागत होते त्याचे वर्णन त्याने केले होते. त्याला आणि त्याच्या पत्नीला अनेक आजारांना तोंड द्यावे लागत होते तेही त्याने लिहिले होते. त्याच्या बेरोजगार मुलाला रोजगार मिळण्याची आत्यंतिक गरज असल्याचे त्याने नमूद केले होते. शिवाय वयात आलेल्या आपल्या मुलीला योग्य वर मिळत नसल्याची चिंताही त्याने व्यक्त केली होती. पत्रात त्याने अशा अनेक प्रकारच्या क्लेशदायक घटनांचे वर्णन केले होते. त्याने जिल्हास्तरीय अधिकाऱ्यांचे दरवाजे ठोठावले. आमदार, खासदार, मंत्री यांच्याकडे तो गेला आणि त्याने देशाच्या सरकारलाही तातडीची मदत मिळावी म्हणून पत्र पाठवले. परंतु काहीही झाले नाही. अगदी अंतिम उपाय म्हणून त्याने आता राष्ट्रपतींकडे धाव घेतली होती आणि त्यांनीही त्याला मदत केली नाही, तर त्याच्यासमोर फक्त सामूहिक आत्महत्येचा पर्यायच उपलब्ध होता, असेही त्याने म्हटले होते.

राष्ट्रपती हे पत्र वाचून हेलावून गेले. आपण याविषयी काय करू शकतो, असे त्यांनी विचारले. माझ्यातील पाषाणहृदयी सरकारी अधिकाऱ्याच्या मनात आले होते, की असे अनेक लोक असतात आणि जर राष्ट्रपती त्यांच्या समस्या दूर करू लागले, तर त्याला काहीच अंत उरणार नाही. अर्थातच त्यामुळे कलामांचे समाधान झाले नाही. आपल्या वैयक्तिक खात्यातून त्या कुटुंबीयांना काही पैसे आपण पाठवणार असल्याचे त्यांनी सांगितले. म्हणजे ते अशी टोकाची कोणतीही कृती करणार नाहीत, असे त्यांचे म्हणणे होते. त्यांनी असे काही करू नये, असा सल्ला मी त्यांना दिला आणि संबंधित जिल्हाधिकाऱ्यांना पत्र पाठवून त्याच्या समस्यांमध्ये लक्ष घालण्यास सांगतो, असे मी त्यांना सांगितले. त्याला शक्य तेवढी मदत करण्याविषयी मी त्यांना कळवतो असेही मी म्हणालो. याशिवाय पोलीस अधीक्षकांना कळवून अशा प्रकारे त्यांनी आत्महत्या वगैरे काही करू नये, यासाठी दक्ष राहण्याविषयीही मी कळवेन, असे मी त्यांना सांगितले. थोड्याशा नाखुशीनेच कलामांनी याला मान्यता दिली. मी जसे सांगितले होते, त्याप्रमाणे सारे काही केले. जिल्हाधिकाऱ्यांनी या कुटुंबीयांना काही मदत करण्याची तयारी दर्शवली होती आणि ती या कुटुंबासाठी खरोखरच वरदान ठरली असती. पुणे जिल्ह्यातील त्या ग्रामस्थाकडून नंतर आम्हाला काहीच पत्र आले नाही, हे एक सकारात्मक चिन्ह होते. त्यामुळे कलामांचे समाधान झाले. परंतु हा प्रसंग डोकेदुखी बनल्याचे स्पष्ट झाले. प्रथम त्या खेड्यात, नंतर जिल्हाभर, मग राज्यभर, अखेरीस संपूर्ण देशभर ती वाऱ्यासारखी पसरली. तुमची काही समस्या असेल, तर तुम्ही ती राष्ट्रपती कलामांना

कळवावी, की लगेच ती समस्या दूर केली जाते, असा संदेश त्यातून सर्वांना मिळाला. याशिवाय कलाम सर्वत्र भाषणांमधून सातत्याने सांगत असत, की तुमच्यापैकी कोणीही माझ्या ई मेल आयडीवर मला मेसेज पाठवू शकतो आणि त्याला २४ ते ४८ तासांत त्याचे उत्तर मिळेल. यामुळे तर परिस्थिती नियंत्रणाबाहेर गेली. त्यांचा मेलबॉक्स भरून वाहू लागला. मी हे सारेही एक वेळ सहन केले असते; परंतु ज्या बेदरकारपणे कित्येक जणांनी त्यांच्याशी संपर्क साधला होता, ते मात्र मी सहन करू शकत नव्हतो. कलाम हे कोमल मनाचे होते. एखाद्याच्या चुकीकडेही ते दुर्लक्ष करत. परंतु त्यांच्या याच गुणाचा उपयोग करून घेऊन कित्येक जण निर्दयीपणाने त्यांना त्रास देत होते. आपल्या खऱ्या किंवा खोट्याही समस्या त्यांच्यापर्यंत पोहचवून त्यांवरचे तोडगे तातडीने मिळवण्याचे प्रयत्न त्यांनी सुरू केले. जर आपल्या मागण्या पूर्ण झाल्या नाहीत, तर ते सर्वच जण आत्महत्यांची धमकी देत होते आणि गरज भासली तर राष्ट्रपती भवनासमोरच आत्मदहन करण्याचे इशारेही दिले जात होते.

कलाम सर्वच धमक्यांचा विचार गांभीर्याने करत होते आणि त्यानुसार आम्हाला कार्यवाही करायला भाग पाडत होते. या प्रकारांतील एखाद्या व्यक्तीनेही आत्महत्या करू नये, अशीच त्यांची कळकळीची इच्छा होती. आम्हाला मात्र आता हा नरकवास वाटत होता. लोकांनी त्यांची भेट न मिळाल्यास आत्महत्या करण्याच्या धमक्या देण्यास सुरुवात केल्यावर तर या सगळ्याचा कडेलोटच झाला. हे तर फक्त भावनिक ब्लॅकमेल होते. माझ्या नोकरशाही सहनशक्तीचा आता अंत झाला होता. काहीही झाले तरी माझी सहनशक्ती कमी आणि उथळच होती. परंतु ती आता संपली होती. एके दिवशीच्या सकाळच्या मीटिंगमध्ये मी त्यांना सांगितले, की माझ्याकडे अशा स्वरूपाची फक्त दोनच पत्रे आली आहेत आणि त्यांनीही आत्महत्येच्या धमक्या दिल्या आहेत. मी तसा मर्यादेत राहूनच टोमणा मारला होता. परंतु कलामांच्या पडलेल्या चेहऱ्यावरून मला त्यांच्यापर्यंत किती पत्रे पोहचली होती त्यांची संख्या बरोबर समजली. त्या सर्वांवर अर्थातच ते स्वतः कार्यवाही करत होते.

माझ्याकडे फक्त दोनच पत्रे त्यांनी पाठवून दिली होती, हे स्पष्ट होते. मी पुढे काहीच बोलू शकलो नाही आणि इतर त्याहून कमी मूर्खपणाने लिहिल्या गेलेल्या पत्रांविषयी चर्चा करत राहिलो. त्या पर्वतासारख्या विशाल माणसासमोर आपण खूपच लहान असल्याचे लक्षात आल्यामुळे मी त्या पत्रांविषयी चकार शब्द काढला नाही. अंतःकरणातील एवढ्या चांगुलपणामुळेच ते एवढ्या उंचीवर पोहचले होते. एवढा चांगुलपणा या जगात तरी क्वचितच दिसतो. ते जिथे आहेत तिथेच ते असणार होते आणि लोकांच्या समस्या सोडवत राहणार होते आणि आम्ही आमच्या जागी राहून आमच्या अल्प कुवतीप्रमाणे त्या सोडवण्याचा प्रयत्न करणार होतो, हे त्यावरून स्पष्ट होत होते. लोकांच्या समस्या सोडवण्याच्या प्रक्रियेत कोणत्याही प्रकारचा चुकारपणा केला जाणार नव्हता. त्यांनी ते या उदाहरणातून दाखवून दिले होते. फक्त राष्ट्रपती भवनातील आपल्या कार्यालयात बसूनच त्यांनी ते दाखवून दिले नव्हते; तर देशाच्या विविध भागांत दौऱ्यावर असतानाही ते तेच करत होते. त्यांनी गोव्याला भेट दिली होती, त्यावेळची घटना मला आठवली. या भेटीनंतर आमच्याकडे अशी तक्रार आली,

की राष्ट्रपतींच्या भेटीसाठी साफसफाई करताना पोलिसांनी रस्त्यावरील शेकडो फेरीवाल्यांना हटवले होते. रस्त्याच्या कडेला बसून आपल्या मालाची विक्री करून त्यावर उपजीविका करणाऱ्या या फेरीवाल्यांना तिथून हाकलून देण्यात आले होते. तक्रारीत फक्त एवढेच म्हटले नव्हते, तर फेरीवाल्यांना हटवताना पोलीसांनी त्यांच्या चीजवस्तू आणि पदपथावर त्यांनी मांडलेल्या वस्तूही फेकून दिल्या होत्या. आता या तक्रारीत केल्या गेलेल्या आरोपात कितपत तथ्य होते, हे आम्हाला माहिती नव्हते. मात्र तातडीने प्रतिसाद देण्याच्या कलामांच्या पद्धतीमुळे मी लगेच फोनवरूनच गोव्याच्या अधिकाऱ्यांना कलामांना याविषयी चिंता वाटत असल्याचे कळवले. तसेच अशा प्रकारची घटना पुन्हा घडली, तर त्याला जबाबदार असणाऱ्या पोलिसांना शिक्षा केली जावी असेही मी त्यांना सांगितले. या प्रकरणात ज्यांच्या वस्तू फेकून देण्यात आल्या होत्या, त्यांना सर्व प्रकारची मदत केली जावी, यावरही ते ठाम होते. गोव्याच्या अधिकाऱ्यांनी या सर्व प्रकाराची तातडीने दखल घेऊन त्याबाबत कार्यवाहीची हमी दिली होती. मी हे सारे कलामांना सांगितले. त्यांना थोडासा दिलासा मिळाला. ज्यांना खरोखरच मदतीची आवश्यकता होती, त्या सर्वांनाच मदत करण्याचा कलामांचा स्वभाव होता.

सन २००४ मध्ये त्सुनामीचा तडाखा बसला आणि आपद्ग्रस्त भागाला भेटी देण्यात अतिमहत्त्वाच्या व्यक्ती व्यस्त होत्या. त्यावेळी राष्ट्रपतींनी तिकडे जाऊ नये, कारण त्यावेळी पुनर्वसनासाठी युद्ध पातळीवर काम करण्याची आवश्यकता होती आणि राष्ट्रपतींच्या भेटीमुळे पुनर्वसन कार्यात फक्त व्यत्ययच आला असता, असे आम्ही त्यांना सुचवले आणि क्षणाचाही विलंब न लावता कलामांनी ती सूचना मान्य केली.

अति महत्त्वाच्या व्यक्तींच्या सुरक्षिततेसाठी राज्याच्या स्त्रोतांचा वापर करणे त्यावेळी चुकीचे ठरले असते. राष्ट्रपती भवनात बसूनच त्यांनी पुनर्वसनाच्या कार्यावर देखरेख ठेवली होती. त्यांची निष्ठा आणि प्रामाणिकपणा फक्त लोकांनाच्या अनुनयासाठी नव्हता; तर त्यांच्या स्वभावाचा तो एक नैसर्गिक अविभाज्य भागच होता. मला वाटते की लोकांनाही हे माहिती होते. म्हणूनच त्यांना 'लोकांचा राष्ट्रपती' असे म्हटले जात होते आणि कार्यालयात काम करत असलेल्या अखेरच्या दिवसापर्यंत ते तसेच वागत राहिले होते.

ОOO

१२

कलाम राष्ट्रपती झाल्यापासून त्यांना पारितोषिके आणि पदव्या देण्यासाठीच्या विनंत्यांचा पाऊस पडू लागला होता. कित्येक सरकारी संस्था आणि स्थानिक प्रशासकीय संस्था यांनी रस्ते, शाळा, रुग्णालये, वाचनालये आणि इतर इमारतींना त्यांचे नाव देण्यासाठी विनंत्या पाठवल्या होत्या. एक व्यक्ती म्हणून त्यांना कलामांविषयी आदर आणि पूज्यभाव वाटत असला तरीही या विनंत्या त्यांना मिळालेल्या पदामुळे करण्यात येत होत्या, असा कलामांचा यांविषयीची दृष्टिकोन होता. त्यामुळे त्यांनी निग्रहाने आणि सातत्याने अशा सर्व विनंत्या नाकारल्या आणि त्यानुसार मी त्या प्रत्येकाला उत्तरे पाठवली.

राष्ट्रपती कलाम यांच्याकडे उच्च नैतिक मूल्ये आणि व्यावसायिक शिष्टाचार होते. सहसा लोकांना सत्तेच्या किंवा अधिकाराच्या जागा मिळाल्या, की आपल्या मूळ ठिकाणांकडे ते अधिक लक्ष पुरवू लागतात. तिथे संस्था स्थापन करून, विविध प्रकारच्या सुविधा पुरवून किंवा तिथे राजवाड्यासारख्या इमारती बांधून किंवा गरजेहूनही अधिक वेळा वारंवार तिथे भेटी देऊन ते आपले त्या ठिकाणी जास्त लक्ष असल्याचे दाखवून देतात.

कलाम हे या गोष्टीलाही अपवाद होते. ते तमिळनाडूतील रामेश्वरचे होते. त्यामुळे ते राष्ट्रपती झाल्यापासून माझ्यासारख्या त्यांच्या सचिवालयात असलेल्या कित्येकांसह अनेकांकडून त्यांना सतत आपल्या जन्मस्थानी जाण्याच्या विनंत्या केल्या जात होत्या. इमारतींचे भूमिपूजन करावे किंवा तेथील रस्त्यांची दुरुस्ती करावी किंवा नवीन रस्ते बांधावेत आणि इतर अनेक गोष्टी तिथे कराव्यात यासाठीच्या या विनंत्या होत्या. या सर्व गोष्टी सहसा 'करण्याजोग्या' मानल्या जातात किंवा आपापल्या मतदारसंघातील लोकांना खूश करण्यासाठी नेते त्या करतात. तसे करणे आवश्यकच मानले जाते. मात्र कलामांच्या बाबतीत ही गोष्ट लागू पडत नव्हती. ते संपूर्ण भारताचे राष्ट्रपती होते. रामेश्वर हे त्यांचे जन्मगाव असल्यामुळे रामेश्वरला खास स्थान मिळणार नव्हते. माझ्याशी होत असलेल्या संभाषणाच्या वेळी त्यांनी स्पष्टपणे मला सांगितले होते, की ते रामेश्वरला प्राधान्याने भेट देणार नव्हते. आवश्यकतेनुसार ज्यावेळी तिकडे जाण्याची वेळ येईल, तेव्हाच ते तिकडे

जाणार होते. म्हणजेच ज्या भागांकडे त्यांचे अधिक लक्ष आवश्यक होते, त्या भागांच्या दौऱ्यांनंतरच ते रामेश्वरला जाणार होते. त्यामुळे राष्ट्रपती झाल्यानंतर त्यांनी प्रथम ऑगस्ट २००२ मध्ये गुजरातला भेट दिली, यात काहीच आश्चर्य नव्हते. सन २००२ च्या सुरुवातीच्या सहामाहीच्या वेळी गुजरात राष्ट्रीय आणि आंतरराष्ट्रीय पातळीवरही गाजत होते. त्यांनी रामेश्वरला दोन भेटी दिल्या त्या राष्ट्रपतिपदाचा कार्यभार स्वीकारल्यानंतर दोन वर्षांनी! त्याआधी त्यांनी २५ राज्यांना आणि ३ केंद्रशासित प्रदेशांना भेटी दिल्या होत्या. शिवाय ईशान्येकडच्या राज्यांना कोणत्याही अति अतिमहत्त्वाच्या (व्हीव्हीआयपी) व्यक्तीने त्यांच्याएवढ्या वारंवार भेटी दिल्या असतील का, याविषयीही माझ्या मनात शंका आहे.

त्यांच्या परदेश दौऱ्याबाबतही त्यांनी हेच धोरण अनुसरले होते. त्यांनी भारताच्या बहुतांश भागांना भेटी दिल्यानंतरच आपला पहिला परदेशदौरा केला. संपूर्ण देशाचा दौरा केल्यानंतरच आपण परदेशी जाऊ, असे त्यांनी मला एकदा सांगितले होते. परंतु आपल्या या योजनेपासून त्यांना थोडेसे ढळावे लागले, कारण परदेशदौऱ्यांचे नियोजन बरेच आगाऊ करावे लागते. त्यामुळेच त्यांनी पहिला परदेशदौरा केला होता त्याआधी २५ राज्यांना आणि ३ केंद्रशासित प्रदेशांना त्यांनी आधीच भेटी दिल्या होत्या.

त्यांनी सन २००७ मध्ये कार्यभार सोडला, त्यावेळी त्यांच्या मनात एका गोष्टीची खंत होती. ती म्हणजे राष्ट्रपतिपदाच्या आपल्या कार्यकाळात त्यांना एकदाही लक्षद्वीपला भेट देता आली नव्हती. त्यासाठी त्यांनी प्रयत्न केला नव्हता, असे नाही ; परंतु ज्या ज्या वेळी त्यांनी तिथे भेट देण्याचे नियोजन केले, त्या त्या वेळी खराब हवामानामुळे सुरक्षिततेच्या कारणावरून त्यांना आपला दौरा रद्द करावा लागला. ही खंत कायमच त्यांच्या मनात राहणार आहे.

अब्राहम लिंकन यांनी एकदा म्हटले होते, ''प्रामाणिक राजकारण म्हणजे सार्वजनिक कल्याणासाठी वैयक्तिक शिष्टाचारांचा सुज्ञपणे करून घेतलेला उपयोग होय.''

१३

सन २००२ च्या फेब्रुवारी–मार्चमध्ये दंगलींमुळे गुजरातकडे सर्वांचे लक्ष वेधले गेले होते. त्यामुळे राष्ट्रपती कलामांनी अधिकृतरित्या गुजरातला भेट देण्याचा निर्णय घेतला. त्यासाठी राज्याच्या प्रमुखांकडून त्यांना काही संदेशही पाठवण्यात आले होते. राष्ट्रपतींच्या दौऱ्यामुळे राजकीय वर्तुळ ढवळून निघाल्याचे अनेक वृत्तपत्रांमध्ये म्हणण्यात आले होते. परंतु मला तसे वाटत नाही. गुजरात सरकार किंवा केंद्र सरकार यामुळे दुर्बल बनले असेल असेही मला वाटत नाही. त्यांनी नक्कीच त्याची दखल घेतली असेल. मात्र राष्ट्रपती दिल्लीला परतल्यानंतर राजकीय आणि कायदेशीर वर्तुळांत हालचाली सुरू झाल्या, हे नक्की! १६ ऑगस्टला केंद्रीय मंत्रिमंडळाने संमत केलेल्या वटहुकूमाचा मसुदा वटहुकूम जारी करण्यासाठी १९ ऑगस्ट २००२ रोजी राष्ट्रपती भवनात पाठवण्यात आला.

कलम १२३ अंतर्गत चॅप्टर III मध्ये राष्ट्रपतींच्या कायदेशीर अधिकारांविषयी माहिती आहे. संसदेच्या दोन अधिवेशनांच्या कालावधीत वटहुकूम जारी करण्याचा अधिकार राष्ट्रपतींना आहे. संसदेच्या सभागृहांचे अधिवेशन सुरू नसते, त्यावेळी तातडीचा कायदा लागू करण्यासाठी या कलमाचा उपयोग होतो. संसदेने संमत केलेल्या कायद्याएवढाच अशा प्रकारे जारी केलेल्या वटहुकूमाचाही प्रभाव आणि ताकद असते. मात्र अशा प्रकारचा वटहुकूम संसद पूर्वपदावर आल्यानंतर सहा आठवड्यांनंतर तहकूब होतो. या कालावधीच्या आत संसदेने त्याला मान्यता दिली नाही, तरीही तो रद्द होतो. ऑगस्ट २००२ मध्ये राष्ट्रपतींकडे तो मसुदा पाठवण्यात आला होता. रिप्रेझेंटेशन ऑफ द पीपल ॲक्ट, १९५१ मध्ये त्यात सुधारणा सुचवण्यात आली होती. कॉंडक्ट ऑफ इलेक्शन रुल्स, १९६१ च्या पुरवणी फॉर्म्स २ए, २ई मध्येही दुरुस्ती सुचवण्यात आली होती. निवडणुकीला उभे राहणाऱ्या उमेदवारांनी आपण दिलेली माहिती खरी असल्याबद्दल शपथेवर केलेले प्रतिज्ञापत्रही जोडावे, असे त्यात म्हटले होते. विधिमंडळाच्या निवडून आलेल्या सदस्यांनी मालमत्ता आणि इतर कर्जे वगैरेंची माहिती जाहीर करण्याची अपेक्षा होती. त्यामुळे या संपूर्ण प्रक्रियेत पारदर्शीपणा येऊन निवडून आलेल्या प्रतिनिधींची विश्वासार्हता वाढली असती. राजकारणाचे गुन्हेगारीकरण रोखण्यासाठीही त्याची मदत होईल अशी अपेक्षा होती.

राष्ट्रपतींनी तो मसुदा काळजीपूर्वक तपशीलवार वाचला. सर्वोच्च न्यायालयाने आपल्या निकालात दिलेल्या निर्देशांचा त्यांनी विचार केला होता. नियोजित वटहुकूमात सर्वोच्च न्यायालयाच्या काही निर्देशांचा समावेश जरूर करण्यात आला होता; परंतु काही निर्देशांबाबत मौन पाळण्यात आले होते, असे त्यांच्या ध्यानात आले. निवडणुकीला उभे राहणाऱ्या उमेदवारांनाही आपापल्या आणि आपल्या जोडीदारांच्या आणि त्यांच्यावर अवलंबून असलेल्यांच्या मालमत्ता आणि कर्जे वगैरेंची माहिती जाहीर करण्याचे निर्देश न्यायालयाने दिले होते. शिवाय त्यांनी आपली शैक्षणिक पात्रताही जाहीर करणे आवश्यक होते.

राष्ट्रपतींनी या मसुद्यात हे मुद्दे नसल्याचा शेरा मारून संसदेकडे तो पुनर्विचारार्थ आणि सल्ल्यासाठी परत पाठवून दिला. संसदेने त्यावर पुनर्विचार केला आणि त्यानुसार आपल्या मसुद्यात सुधारणा करून त्यांनी तो राष्ट्रपतींकडे पाठवून दिला. लोकप्रतिनिधीत्त्वाचे (सुधारणा) विधेयक, २००२ नुसार, निवडून आलेल्या प्रतिनिधींच्या, त्यांच्या जोडीदारांच्या आणि त्यांच्यावर अवलंबून असलेल्यांच्या मालमत्ता आणि कर्जे जाहीर करण्याची काळजी घेतली जाईल, असे त्यात म्हटले होते.

निवडणूक आयोगाने २८ जून २००२ रोजी सर्वोच्च न्यायालयाच्या निर्देशांवर आधारित आदेश काढला. त्यामुळे या विशिष्ट वटहुकूमाची आवश्यकता भासल्याचेही त्यात राष्ट्रपतींसाठी नमूद करण्यात आले होते. नियोजित वटहुकूमावर अशा प्रकारे पुनर्विचार करण्यात आला आणि मंत्रिमंडळाने पुन्हा चर्चा केल्यावरच तो पंतप्रधानांनी राष्ट्रपतींकडे संमतीसाठी पाठवला. त्याला संमती देण्यात आली आणि राष्ट्रपतींनी तो २४ ऑगस्ट २००२ रोजी जारी केला.

राष्ट्रपती म्हणजे रबर स्टँप आणि त्यांचे कार्यालय हे फक्त समारंभांसाठी असते, अशी एक सर्वसाधारण प्रचलित समजूत असते. मात्र हा गैरसमज दूर करण्यासाठी काही जण तरी काम करतात. कलाम यांनी अशाच प्रकारे कायद्यावर आधारित वस्तुस्थिती निदर्शनास आणून विचारपूर्वक कृती केली आणि जे काय घडले ते मी याआधीच्या परिच्छेदात सांगितले आहेच. राजकारणाची कसलीच पार्श्वभूमी नसलेला त्यांच्यासारखा वैज्ञानिक अशा प्रकारे भारताचा राष्ट्रपती म्हणून आपले घटनात्मक अधिकार एवढ्या प्रभावीपणे वापरेल अशी कदाचित कोणीही कल्पना केली नसेल आणि शिवाय ही घटना घडली त्यावेळी त्यांनी आपल्या पदाची सूत्रे स्वीकारुन तीस दिवसही पूर्ण झाले नव्हते. त्यांच्यासमोर आणल्या गेलेल्या कोणत्याही विधेयकाचे व्यवस्थित विश्लेषण करून मगच ते त्यावर सही करतील, विधेयकावरील टिंब टिंब टाकलेल्या रेषेवर फक्त सही करण्यापुरताच त्यांनी कार्यभार स्वीकारलेला नाही, हे त्यांनी यातून स्पष्टपणे दाखवून दिले होते. मग कलामांनी २४ ऑगस्ट २००२ च्या मसुद्यावर सही का केली, असे कोणालाही वाटू शकेल. त्याचे उत्तर साधे आहे.

कलामांना घटनात्मकदृष्ट्या योग्य आणि अचूक रहावे असे वाटत होते. मंत्रिमंडळाने

संमत केलेल्या मसुद्यावर राष्ट्रपतींनी सही करणे ७४ व्या कलमानुसार बंधनकारक असते. १९७६ मध्ये झालेल्या ४२ व्या घटनादुरुस्तीनुसार हा बदल करण्यात आला आहे. मात्र १९७८ मध्ये करण्यात आलेल्या ४४ व्या घटनादुरुस्तीनुसार राष्ट्रपती अशा प्रकारचे विधेयक पुनर्विचारासाठी एकदा परत पाठवू शकतात. परंतु एकदा विधेयकावर पुनर्विचार झाला आणि ते पुन्हा दाखल करण्यात आले की मग ते कसेही असले तरीही घटनात्मकदृष्ट्या राष्ट्रपतींना त्यावर सही करावीच लागते. घटनेचे संवर्धन, संरक्षण आणि बचाव करण्याची शपथ त्यांनी राष्ट्रपती म्हणून घेतली होती. त्यामुळे ती शपथ त्यांनी अगदी काटेकोरपणे पाळली.

१४

आपल्या राष्ट्रपतिपदाला किंचितसाही कलंक लागेल असे वाटले, तर कलाम खूपच घाबरून जात असत असे माझ्या खूपच आधी लक्षात आले होते. राष्ट्रपती भवनावर अगदी दूरान्वयानेही टीका करणारा लेख किंवा बातमी आढळली तर त्यांना ते सहन होत नसे. माझ्या मते, त्यांनी ही गोष्ट खूपच ताणून धरली होती. सीझरची पत्नी निष्कलंकच असली पाहिजे, परंतु त्यालाही काही तरी मर्यादा आहे असे मला वाटते. परंतु त्यांच्या या विचाराला काहीच मर्यादा नव्हती. भारतीय लष्करातील कदाचित सर्वाधिक जुने असलेले अश्वदल हे राष्ट्रपतींचे शरीररक्षक (प्रेसिडेन्ट्स बॉडीगार्ड : पीबीजी) असते. अद्यापही घोडे हे घोड्यांसारखेच वागतात. मात्र त्यांच्यावर स्वार होणारे लोक काही वेळा कोणासारखे वागतात हे तुमच्या ध्यानात आलेच असेल.

एका दुर्दैवी दिवशी, त्या घोड्यांवर बसणाऱ्या एका कॉन्स्टेबलने आपली मर्यादा ओलांडली. दुसऱ्या दिवशीच्या वृत्तपत्रांत पहिल्या पानावरच बातमी झळकली. बुश आणि ब्लेअर यांना सगळे विसरूनच गेले होते. त्याऐवजी नवी दिल्लीतील बुद्ध जयंती पार्कची हेडलाईन झाली होती. 'राष्ट्रपती भवनमध्ये बलात्कार' वृत्तपत्रे किंचाळून किंचाळून ही बातमी सांगत होती. कलाम सहसा शांत, संघटित व्यक्तीमत्त्वाचे होते. मात्र त्यावेळी ते जेवढे संतापले होते, तेवढे त्यांना संतापलेले मी कधीच पाहिले नव्हते. ते क्रोधाने आपले केस उपटत होते (तसेही त्यांचे केस बऱ्यापैकी हातात येण्यासारखे होते.) त्यांनी मला धाड्कन फोन लावला होता. प्रथमच त्यांचा आवाज अजिबात शांत नव्हता. ते किंचाळत होते, ओरडत होते. मी त्यांना काय झाले आहे त्याचा तपास करून नेमके काय घडले आहे ते सांगतो, असे सांगितले. पीबीजीचा एक कॉन्स्टेबल ड्युटीवर नसताना रमतगमत फिरत असताना भरकटल्यासारखा बुद्ध जयंती पार्कमध्ये गेला आणि तिथे त्याने एका मुलीवर बलात्कार केला. गुन्हेगार रैसिना हिल येथे नोकरीला असल्याचे शोधून काढण्यास प्रेसला फारसा वेळ लागला नाही आणि म्हणून दुसऱ्या दिवशी ती हेडलाईन झळकली होती.

लष्कराप्रमाणेच पोलीसही आपले काम करत होते आणि कायद्यानुसार त्या गुन्हेगारावर

पुढील कारवाईही केली जात होती. अशा प्रकारच्या प्रसंगातून मिळालेल्या प्रसिद्धीचे मला दुःख वाटत होते. मी राष्ट्रपतींना सांगितले, की ही त्या व्यक्तीची वैयक्तिक चूक आहे आणि त्याबद्दल राष्ट्रपतींनी त्यांची झोप उडवून घेऊ नये. परंतु ते अस्वस्थच राहणार, हे मला माहिती होते. पीबीजीच्या सदस्याच्या अश्लाघ्य वर्तनाबद्दल लष्करी कर्मचाऱ्यांवर तोंडसुख घेतले जात होते. या प्रकाराविषयी संपादकीय मजकुरातून ताशेरे झोडले जात होते आणि तो फक्त राष्ट्रपती भवनातील रक्षक होता म्हणून प्रकरण आणखी चिघळले होते. हे सर्व प्रकरण हाताळण्याचा अनुभव अत्यंत भयानक होता. परंतु यातील अखेरचा फटका आणखी नंतर आला. माझ्या कार्यालयात मी होतो. चेन्नईच्या पत्रकाराकडून मला फोन आला. "मि. नायर, मी चेन्नईहून....नियतकालिकाचा पत्रकार....बोलतोय. तुम्हाला माहिती आहे, की आमचे नियतकालिक खूपच प्रसिद्ध आहे...." खरे सांगायचे तर मी त्या नियतकालिकाविषयी कधीच काही ऐकलेले नव्हते. गरीब बिच्चारा मी! तरीही माझा रक्तदाब वाढलाच. सकाळी घेतलेल्या औषधांचा आता काहीच उपयोग नव्हता. "होय," मी म्हणालो आणि त्याला काय म्हणायचे होते, ते ऐकण्यासाठी थांबलो.

"मी त्या बलात्कार प्रकरणाविषयी बोलतो आहे. हा सारा प्रकार तुम्ही रोखू शकला असतात, असं तुम्हाला वाटत नाही का?" त्याने विचारले. तो जवळपास असता, तर नक्कीच त्याचे थोबाड फोडल्याचा गुन्हा माझ्यावर दाखल झाला असता. माझा राग मी कसा काय आटोक्यात ठेवला ते मला माहिती नाही; परंतु मी त्याला फक्त म्हणालो, "होय. मी ते रोखू शकलो असतो. अर्थातच तिच्यावर बलात्कार करण्यापूर्वी त्याने त्यासाठी माझी परवानगी मागितली असती तर! मी त्याला ती नक्कीच दिली नसती. नाही का? दुपारी बुद्ध जयंती पार्कमध्ये येणाऱ्या तरुणीवर बलात्कार करण्यासाठी मला अर्ध्या दिवसाची रजा द्या, असे जर त्याने मला सांगितलं असतं, तर मी त्याला रजा दिली नसती. दुर्दैवाने, त्याने माझ्याकडे अशा प्रकारची कोणतीच परवानगी मागितली नव्हती." शेवटचे वाक्य मी पूर्ण करू शकलो नाही. कारण त्या महान पत्रकाराने फोन आदळला आणि त्या दिवसानंतर आजपर्यंत तो माझ्याशी बोललेला नाही.

कलामांची अतिसंवेदनशीलता त्रासदायक होती. आपण काचेच्या घरात आहोत आणि त्याच्यावर केव्हाही दगड फेकले जातील हे त्यांना माहिती होते. पण त्यावर ते काय करू शकत होते याला मर्यादा होत्या. कित्येक लोक दगड घेऊन उभे आहेत, हे माहिती असतानाही मी हे म्हणत आहे. होय, तरीही म्हणत आहे!

१५

त्यांनी बेल वाजवली आणि नोकर आत आला. "या 'फेलो'ला (व्यक्तीला) दूर करा," आपल्या पुढ्यातील रिकाम्या ग्लासाकडे बोट दाखवत कलामांनी सांगितले. त्या ग्लासात थोड्याच वेळापूर्वी थंड पाणी होते आणि त्यानंतर काही क्षणांपूर्वीच त्यांनी त्या ग्लासाला 'रिकामी व्यक्ती' बनवून टाकले होते. कलामांच्या दृष्टीने प्रत्येक सजीव-निर्जीव वस्तू 'फेलो'च असे.

"तुम्हाला माहिती आहे का, मि. नायर," ते म्हणाले, "आपल्याप्रमाणेच पक्ष्यांना आणि प्राण्यांनाही भावना असतात. तुम्ही ती मोर पाहिली होती का...तिला तोंड उघडता येत नव्हतं. ती..ती आवाज न करता मूकपणे रडत होती. आपले शल्यचिकीत्सक खूपच महान आहेत. त्यांनी चमत्कार घडवून आणला आणि ती मोर (कलामांना लिंगभेदाशी काहीच देणेघेणे नसे.) किती आनंदी बनली आणि मग इकडे तिकडे नाचू लागली."

कलाम यांनी मेजर डॉ. वाय. सुधीर कुमार यांचा संदर्भ दिला होता. त्यांनी त्या मोराचा ट्युमर यशस्वीपणे काढून टाकला होता. त्या गाठीमुळेच मोराला त्याचे तोंड बंद करता येत नव्हते. तो काहीही खाऊ शकत नव्हता. त्याला खूपच वेदना होत होत्या. परंतु डॉ. सुधीर कुमार यांनी त्याच्या सर्व वेदनांपासून, यातनांपासून त्याला मुक्त केले होते. त्यांनी ट्युमरची गाठ काढून टाकली होती आणि आपल्या कळपात जाऊन तो मोर पुन्हा त्याच्या पद्धतीने नाचू लागला होता.

कलामांना प्रत्येक गोष्टच महत्त्वपूर्ण वाटत असे. मग ती मधमाशी असो किंवा एखादा प्राणी असो. त्यांच्या दृष्टीने ते सगळेच चांगले जीव होते आणि त्यांनी चांगले वागावे असे त्यांना वाटत असे. विविध संस्थांमधील कर्मचारी नियुक्ती संदर्भातील फाईल्स त्यांच्यासमोर आल्या की ते हटकून एक प्रश्न विचारत असत, "हा चांगला माणूस आहे का?" आणि

बहुतेक वेळा आम्हाला 'होय' असेच उत्तर द्यावे लागत असे. हे उत्तर योग्य होते का ते मला माहिती नाही. ते आमच्यावर विश्वास ठेवत आणि फाईलवर निर्णय होत असे. त्या सर्व संस्थांमध्ये खूप रिक्त जागा राहणे आम्हाला नक्कीच परवडणारे नव्हते!

१६

इतर अनेक शास्त्रज्ञांप्रमाणेच कलामांच्या व्यक्तीमत्त्वाला एक वेगळी बाजूही होती. ते नेहमी रुद्रवीणा वाजवत असत, ही गोष्ट सोडून दिली तरी रॉकेट्स आणि क्षेपणास्त्रे यांच्याएवढीच त्यांना कला आणि संस्कृती यांची आवड होती. त्यांच्या पुढाकाराने राष्ट्रपती भवनात 'इंद्रधनुष' या नावाने सातत्याने सांस्कृतिक कार्यक्रमांचे आयोजन केले जात असे. आमंत्रित प्रेक्षकांसमोर सुमारे ५३ हून अधिक सांस्कृतिक कार्यक्रम सादर केले गेले. फक्त प्रसिद्ध आणि आदरणीय कलाकारच नव्हे; तर नवोदित कलाकारांनाही कार्यक्रम करण्यासाठी प्रोत्साहित केले जात असे. उस्ताद बिस्मिल्ला खाँ यांचा अखेरचा कार्यक्रम मुघल गार्डन्समध्येच झाला. रसिका चौबे या माझ्या सहकारी होत्या आणि अंतर्गत आर्थिक सल्लागार म्हणूनही त्या काम करत होत्या. कलाम यांच्या मार्गदर्शनाखाली त्यांनीच या कार्यक्रमांच्या मालिकेचे आयोजन केले. ज्या कलाकारांचे कार्यक्रम झाले, त्यांमध्ये शास्त्रीय नर्तक–नर्तिका, शास्त्रीय गायक-गायिका, सुफी संगीताचे गायक, संगीतकार, वादक यांचा समावेश होता. भारतीय संगीत आणि नृत्य याची ओळख करून घेण्यासाठी हे कार्यक्रम अगदी परिपूर्ण होते. सन २००६ च्या नोव्हेंबरमध्ये इंद्रधनुष अंतर्गत आम्ही शंकर महादेवन, यू श्रीनिवास, शिवमणी आणि लॉय मेंडोंसा यांचे खुल्या रंगमंचावर सत्र आयोजित केले होते. या कार्यक्रमाला मोठ्या प्रमाणात श्रोते लाभले होते. तो कार्यक्रम अपेक्षेहून अधिक गाजला. परंतु याचा कळसाध्याय अजून गाठला गेला नव्हता. कार्यक्रम संपला. स्मरणिका वाटल्या गेल्या. आता फक्त आभारप्रदर्शनाचा कार्यक्रमच तेवढा राहिला होता. तेवढ्यात कलाम व्यासपीठावर गेले. ते शिवमणी यांच्यासमवेत एक- दोन शब्द बोलले. शिवमणी हे ढोल वाजवत असत. कलाम स्वतःच ढोल वाजवू लागले. प्रेक्षक अत्यानंदित होऊन पहात राहिले. शिवमणी यांचे कित्येक वाद्यांवर प्रभुत्व होते. ते ढोल, झांज आणि इतर अनेक वाद्ये लीलया वाजवत. अशा वेळी त्या सर्व वाद्यांच्या मध्ये जाऊन बसणे हेसुद्धा माझ्या दृष्टीने एक प्रकारचे मोठेच धाडस होते! कलामांनी अगदी अविचलपणे ते केले. एखाद्या नवोदिताच्या तुलनेत त्यांनी केलेले वादन खूपच चांगले होते, असे मला वाटले. त्यांच्या या उत्स्फूर्त कार्यक्रमामुळे प्रेक्षकांना नक्कीच आनंद लाभला.

राष्ट्रपती भवनात कित्येक नामवंत कलाकारांनी कार्यक्रम सादर केले असले तरी कलामांना तरुण आणि नवोदित कलाकारांना प्रोत्साहन द्यायला खूपच आवडत असे. फक्त संगीत आणि नृत्याच्याच बाबतीत हे होते असे नाही; तर चित्रकला आणि शिल्पकलेच्या बाबतीतही त्यांनी हे केले. दर वर्षी २६ जानेवारीला आणि १५ ऑगस्टला राष्ट्रपती भवनमध्ये या कलांची प्रदर्शने भरवली जात आणि कलाम स्वतः या कलाकारांसमवेत बराच वेळ व्यतीत करत. त्यांनी खुलेपणाने दिलेल्या आश्रयामुळे नवोदित कलाकारांना प्रोत्साहन मिळाले आणि तरुण कलाकारांना अधिक पुढे जाण्याची स्फूर्ती मिळाली हे वेगळे सांगण्याची गरजच नाही.

जिथे कुठे बुद्धिमत्ता आणि सर्जनशीलता दिसली तिथे तिथे तिची दखल घेण्यापासून आणि कलाकारांना प्रोत्साहन देण्यापासून कलामांना कोणतीही गोष्ट रोखू शकली नाही. असेच एकदा ते कोईमतूरला गेले होते. त्यावेळी ते प्रसिद्ध गायक कृष्णमूर्ती यांना भेटले, दुर्दैवाने कृष्णमूर्ती यांना हात किंवा पायही नव्हते. ते शारीरिकदृष्ट्या अपंग होते. मात्र म्हणून कृष्णमूर्तींनी आयुष्याच्या प्रकाशमय, तेजस्वी बाजूकडे पाहण्याचे सोडून दिले नव्हते. कृष्णमूर्तींना भेटून आणि त्यांचा सकारात्मक दृष्टिकोन पाहून कलाम खूपच प्रभावित झाले. त्यांनी १८ जुलै २००७ रोजी कृष्णमूर्तींना राष्ट्रपती भवनमध्ये कार्यक्रमाचे आमंत्रण दिले. कृष्णमूर्तींचा आणि त्यांच्या सहकारी कलाकारांचा सर्व प्रवासखर्च राष्ट्रपती भवनाकडूनच केला जाण्याची तजवीजही त्यांनी केली.

१७

कलाम सतत कोणत्या ना कोणत्या कामात गुंतलेले असत. मात्र त्या सर्व कामांचा संबंध विकासाशी असे. सन २०२० पर्यंत भारताला विकसित राष्ट्र बनवण्याच्या त्यांच्या मोहिमेशी ते सारे निगडीत असे. म्हणून ते ज्या ज्या वेळी कोणत्याही श्रोत्यांसमोर बोलत त्या त्या वेळी त्यांच्या भाषणांतून ते संदेश देत असत. मग ते श्रोते तरुण असोत, शेतकरी असोत, शास्त्रज्ञ असोत, संसद सदस्य असोत, न्यायालयीन कामकाजाशी संबंधित असोत किंवा इतर कोणत्याही प्रकारचे असोत! आपले वक्तृत्व प्रभावशाली असावे या दृष्टीने भाषणांकडे पाहणारे अनेक नेते आपल्याला माहिती आहेत. मात्र कलामांना नेहमीच काहीतरी बोलायचे असे आणि प्रत्येक वेळीच ते बोलत असत.

असामान्य संसदपटुंना पारितोषिके देण्याचा समारंभ २१ मार्च २००५ रोजी सेंट्रल हॉलमध्ये झाला. दर वर्षीच्या पहिल्या सत्राच्या प्रारंभी राष्ट्रपतींनी संसदेला उद्देशून भाषण करणे घटनात्मकदृष्टड्या आवश्यक असते. तरीही हे भाषण जरी राष्ट्रपतींनी केलेले असले तरी प्रत्यक्षात ते त्या सरकारचेच असते. सरकारी धोरणांची माहिती त्यात असते आणि राष्ट्रपतींचे वैयक्तिक दृष्टिकोन आणि सूचना कितीही चांगल्या असल्या तरी त्यांचा त्यात समावेश होत नाही कारण ते भाषण सरकारकडून तयार केले जाते आणि मंत्रिमंडळाची मान्यता त्याला मिळवावी लागते. परंतु कलामांच्या मनात याविषयी वेगळ्या कल्पना होत्या. सन २००३ मध्ये संसदेत दिल्या गेलेल्या त्यांच्या भाषणातील काही परिच्छेद हे कलामांच्या विनंतीवरून त्यात घातले गेले होते. तत्कालीन पंतप्रधान अटलबिहारी वाजपेयी यांच्याशी त्यांच्या तारा चांगल्याच जुळलेल्या असल्यामुळे कदाचित हे घडले असावे. अगदी मर्यादित स्वरूपात का असेना; परंतु त्यानंतरच्या वर्षांतही हीच गोष्ट पहायला मिळाली. हे भाषण राष्ट्रपतींचे स्वतःचे नसते; तर ते सरकारी भाषण असते हे संपूर्ण जगालाच माहिती असते. त्यामुळे त्याविषयी त्यांनी वाईट वाटून घेऊ नये, असे मी त्यांना सांगितले होते. मी हे का सांगत होतो, ते कलामांच्या नक्कीच लक्षात आले होते, परंतु त्यामुळे त्यांचे समाधानही झाले नव्हते किंवा त्यांना ते पटलेही नव्हते.

असामान्य संसदपटुची पारितोषिके देण्यासाठी त्यांना बोलावण्यात आले, त्यावेळी त्यांच्यासमोर सुवर्णसंधीच चालून आली होती. ही संधी त्यांनी अजिबात दवडू नये, असा सल्ला मी त्यांना दिला. खासदारांसमोर आपल्या मनातील गोष्टी बोलण्याची कदाचित त्यांना मिळालेली ती एक दुर्मीळ संधी होती. कलम ७९ नुसार संसद ही राष्ट्रपती आणि दोन्ही सभागृहे यांनी बनलेली असते, याची मी त्यांना आठवण करून दिली. त्यामुळे आपल्या मनात असलेली प्रत्येक गोष्ट त्यांनी मनमोकळेपणाने बोलावी असे मी त्यांना सुचवले. कारण संसदेच्या इतर सदस्यांप्रमाणेच तेही संसदेचा अविभाज्य भाग होते. ते खूपच आनंदित झाले. आपण नेहमी पाहतो ते राजकारण आणि विकासाचे राजकारण यांतील फरक त्यांनी आपल्या भाषणात स्पष्ट केला. संकुचित, स्वार्थी स्वरूपाचे विचार आणि काम सोडून देऊन त्याऐवजी देशाच्या सर्वांगीण विकासासाठी सकारात्मक आणि विधायक दृष्टिकोन ठेवून त्याप्रमाणे वागावे असे आवाहन त्यांनी खासदारांना केले. राजकीय पक्षांच्या 'इनक्रिमेंटल नंबर'च्या सक्तीविषयी ते बोलले त्यावेळी त्यांनी नेमका वर्मावरच घाव घातला होता. यातूनच विधिमंडळाच्या जागांसाठीचा व्यापार वाढतो आणि मग घासाघीस करून, व्यापार करून खासदार मिळवले जातात. भारत स्थिर देश बनला आहे आणि एक परिपक्व, जिवंत लोकशाहीचा देश म्हणून वाढला आहे. आपल्या राज्यघटनेचा पाया अत्यंत परिश्रमपूर्वक घातलेल्या मंडळींनी अत्यंत आशावादीपणे काही अपेक्षा ठेवल्या होत्या. राजकीय धाडस दाखवून खासदारांनी सखोल आत्मपरीक्षण करावे आणि या अपेक्षांपर्यंत पोहचण्याएवढी आपली बौद्धिक उंची वाढवावी, असे आवाहन त्यांनी केले.

हे भाषण प्रेसपर्यंत पोहचल्यावर लोकांनी ते नक्कीच चांगल्या प्रकारे वाचले आणि ऐकले होते. अखेरीस का होईना; परंतु संसदेत राष्ट्रपतींना आपले म्हणणे मांडता आले होते.

OOO

त्यांनी कित्येक वेळा न्यायसंस्थांसमोर भाषणे केली होती. ज्या ज्या वेळी त्यांनी अशी भाषणे केली, त्या त्या वेळी त्यांनी न्याय जलद गतीने मिळण्यावर भर दिला. प्रलंबित खटल्यांची वाढती संख्या हा नेहमीच त्यांच्या चिंतेचा विषय होता. त्यांनी पुनःपुन्हा केलेल्या आवाहनांमुळे आणि प्रयत्नांमुळे प्रलंबित खटले लवकर निकाली काढण्याच्या हालचाली सुरू झाल्या. परंतु सरकार इतर बाबतीतही ज्या कूर्म गतीने किंवा गोगलगायीच्या गतीने हालचाल करते, तेवढ्याच गतीने या हालचालीही सुरू होत्या. खरे तर गोगलगायही या गतीहून अधिक गतीने चालते.

आपल्या राष्ट्रपतिपदाच्या कालखंडात या महत्त्वपूर्ण बाबीविषयी आपण खूपच कमी काम करू शकलो, याचे कलामांना दुःख वाटत असे. या संदर्भातील त्यांचे नैराश्य लपून राहिले नव्हते. पत्रकारितेतील उत्तम कामगिरीबद्दल दिल्या जाणाऱ्या रामनाथ गोएंका पारितोषिक वितरण समारंभात त्यांनी केलेले भाषण त्यांच्या उत्तम भाषणांपैकी एक होते. माध्यमांनी

सनसनाटीपणावर भर देण्यापेक्षा सकारात्मक राहून, निर्भयतेने पुढाकार घेऊन कामगिरी करावी, असे आवाहन त्यांनी केले. ही कामगिरी फक्त बातम्या आणि माहिती देणे एवढ्यापुरतीच मर्यादित नसावी; तर सर्वंकष विकासासाठी आवश्यक असलेल्या सृजनशील कामांसाठी पोषक वातावरणनिर्मिती करण्यासाठीही त्यांनी काम करावे, असे त्यांनी सांगितले. कलामांच्या मते, वाचकांच्या माहितीसाठी आणि त्यांना शिक्षित करण्यासाठी बुद्धिमानतेने भाषा वापरून सत्य सांगणे म्हणजे पत्रकारिता होय.

त्यांचे भाषण ऐकल्यानंतर त्यांच्याशी चर्चा करणाऱ्या तेथील परीक्षक मंडळासमवेत बोलताना ते एवढे रंगून गेले, की त्यांनी आपली सगळी सुरक्षा व्यवस्था झुगारून दिली. दुसऱ्या दिवशी माध्यमामध्ये प्रसिद्ध झालेल्या फोटोवरूनच सारे काही समजून येत होते. तो फोटो मी या पुस्तकात दिला आहे.

OOO

ते बोलत होते आणि त्याप्रमाणेच वाचतही होते.

''तुम्ही हे पाहिलं आहे का?'' कलामांनी एके दिवशी मला विचारले. त्यांच्या हातात चारशे पानांहून अधिक मोठे एक बाड होते. अर्थातच ती कोणत्या तरी समितीची कागदपत्रे होती. ''तुम्हाला हे कदाचित वाचायला आवडेल. यात काहीतरी उपयुक्त माहिती असलीच पाहिजे,'' ते म्हणाले. कलाम आशावादी होते; मी नव्हतो.

कोणत्याही विषयावर समित्या आणि आयोग नेमण्यात आपण किती हुशार असतो, हे आपल्याला सर्वांनाच माहिती आहे. शिवाय त्यांच्यापैकी काही मंडळे आणखी कालावधी मागून स्वतःच कंटाळली की मग कसाबसा कोणता तरी अहवाल कसा तयार करतात आणि ज्यासाठी ती समिती किंवा आयोग नेमलेला असतो त्यांच्या दृष्टीने तो अहवाल कसा निरुपयोगी असतो तेही आपल्याला सर्वांनाच माहिती असते. तो अहवाल स्वीकारला गेल्यावर नंतर एखाद्या कोपऱ्यात कसा धूळ खात पडून राहतो तेही आपण जाणतोच. परंतु जेव्हा कधी असे किचकट आणि औचित्य नसलेले अहवाल येत, तेव्हा कलामांच्या पद्धतीने जायचे म्हटले तर त्यांना त्या अहवालांचा अभ्यास करायचा असे आणि आम्हाला तो वाचून त्याविषयी त्यांना माहिती सांगण्याचे काम करावे लागत असे. शिवाय त्याबाबत काहीतरी थातूरमातूर सांगूनही आमची सुटका होत नसे, कारण त्याच्यावर त्यांनी सहज जरी एखादा दृष्टिक्षेप टाकलेला असला, तरी त्यांना तो कशाविषयी आहे आणि सहसा त्यात काय आहे ते माहिती असेच. शिवाय त्यांची स्मरणशक्तीही तल्लख होती. त्यामुळे एकदा वाचलेली किंवा पाहिलेली गोष्ट त्यांच्या चांगलीच लक्षात असे. त्यामुळे अशा प्रकारे काही चलाखी केली तर

ती चालत नसे. आम्ही अशी चलाखी कधीच केली नाही आणि कलामांनीही त्या बाबतीत आमची कधीच उलटतपासणी घेतली नाही. ते नेते होते, परंतु ते शांततेने नेतृत्त्व करत होते – असा गुणधर्म अत्यंत निस्सीमपणातून आणि निष्ठेतूनच लाभतो.

१८

सन २००४ च्या सर्वसाधारण निवडणुकीतून संमिश्र स्वरूपाचे निकाल हाती आले होते. राष्ट्रपती या नात्याने या निवडणुकीत सरकारच्या स्थापनेसाठी कलामांना महत्त्वाची भूमिका पार पाडायची होती. या प्रक्रियेत आपल्या तर्कालाच सत्य मानणाऱ्या अनेकांनी त्यांच्यावर शरसंधान केले आणि कपोल्कल्पित कथा रचल्या. अर्थातच वास्तवाशी त्यांचा काहीही संबंध नव्हता. किंग लिअरमध्ये शेक्सपिअरने लिहिले आहे, 'आय ॲम अ मॅन मोअर सिन्न्ड अगेन्स्ट दॅन सिन्निंग' आणि कलामांनीही त्यावेळी तसेच म्हणून कदाचित आपले समर्थन केले असते. मात्र स्वतःविषयी कणव वाटून घेणाऱ्यांपैकी ते नव्हते. निकाल जाहीर झाले होते; परंतु कोणत्याही एका पक्षाला स्पष्ट बहुमत मिळाले नव्हते. देश प्रतीक्षा करत होता. सुमारे चार दिवसांनंतर कलामांनी मला बोलावले असे मला आठवते. त्यांचा आवडता प्रश्न त्यांनी मला विचारला, "आता आपण काय करूया?"

मी यावर आधीच विचार केला होता आणि वरुण मित्रांशीही सल्लामसलत केली होती. वरुण मित्रा आयएएसमध्ये असले तरीही त्यांना एखाद्या कायदेतज्ज्ञाप्रमाणेच कायदा आणि घटनात्मक कायद्यांमधील खाचाखोचा माहिती होत्या. "सर," मी म्हणालो, "भारताचे राष्ट्रपती म्हणून कोणता पक्ष किंवा युती देशाला स्थिर सरकार देईल याविषयी तुम्हाला खात्री वाटते याचा सर्वप्रथम तुम्ही विचार केला पाहिजे. त्यानंतर त्या पक्षाच्या किंवा युतीच्या नेत्याला तुम्ही सरकार स्थापनेसाठी बोलवा."

" मग आता मी काय करावं?" त्यांनी मला पुन्हा एकदा विचारले. "मी सदा सर्वकाळ तर अशाच प्रकारे वाट पहात राहू शकत नाही."

"खरं आहे, सर. परंतु आता गोष्टी तशा स्पष्ट आहेत. तुम्हाला कोण स्थिर सरकार देऊ शकेल असं वाटतंय? तुमच्या निर्णयाविषयी तुम्हाला स्वतःला समाधान वाटलं पाहिजे. आतापर्यंत कोणीही सरकार स्थापनेचा दावा करण्यासाठी तुमच्याकडे आलेलं नाही. तरीही वृत्तपत्रे आणि दृक्-श्राव्य माध्यमांतील बातम्यांवरून, काही इतर पक्षांच्या सहकार्याने काँग्रेस

स्थिर सरकार देण्याच्या स्थितीत आहे असं वाटतंय आणि त्याच स्त्रोतांनी असंही म्हटलंय की सोनिया गांधी यांची नेतेपदी निवड करण्यात आली आहे. त्यामुळे माझ्या मते, तुम्ही सोनिया गांधी यांना तुमच्या भेटीसाठी पत्र पाठवून बोलावून घ्यावं.''

मी ते पत्र तयार केले आणि १७ मे २००४ रोजी त्यांनी त्यावर सही केली. त्या पत्रातून त्याच दिवशी सोनिया गांधींना राष्ट्रपती भवनमध्ये बोलावण्यात आले होते.

मी राष्ट्रपतींना पुढे म्हणालो, ''सर, आपल्याला पाठिंबा दिलेल्या इतर पक्षांची पत्रेही त्या बरोबर घेऊन येतील. तुम्ही ती सर्व पत्रे वाचण्याची गरज नाही. फक्त त्यांच्यावरून नजर फिरवा आणि बेल वाजवा. मी एडीसीच्या खोलीत असेन. (ही खोली स्टडी रूमला लागूनच होती.) सोनिया गांधी यांना देशाच्या पंतप्रधान म्हणून नियुक्त करत असल्याचे पत्र माझ्याकडे असेल. तुम्ही त्या पत्रावर फक्त सही करा आणि त्यांचे अभिनंदन करा. त्याचबरोबर त्यांना शपथविधीसाठी कधी यायला आवडेल हेही तुम्ही विचारून घ्या.''

''ठीक आहे,'' ते म्हणाले. सोनिया गांधींना चर्चेसाठी बोलावण्याचे पत्र पाठवले गेले.

१८ मे २००४ रोजी दुपारी १२.१५ वाजता सोनिया गांधी राष्ट्रपतींना भेटतील असा निरोप आम्हाला मिळाला. मला आता माझा गृहपाठ करायचा होता. सोनिया गांधी यांची पंतप्रधानपदी नियुक्ती करण्याविषयीचे पत्र मी राष्ट्रपतींच्याकडून तयार करून घेतले. ठरलेली वेळ आली. सोनिया गांधी डॉ. मनमोहन सिंग यांच्यासमवेत आल्या. मी एडीसीच्या खोलीत थांबलो होतो. बेल वाजवली जाण्याची मी वाट पहात होता. माझ्या हातात राष्ट्रपतींची सही व्हायची असलेले पत्र होते. सोनिया गांधींना पंतप्रधान म्हणून नियुक्त करण्याविषयीचा मजकुर त्या पत्रात होता. अशीच काही मिनिटे निघून गेली. बेल वाजली. मी हातात पत्र घेऊन घाईघाईने खोलीत गेलो. मात्र सोनिया गांधी आणि डॉ. मनमोहन सिंग निघून गेल्याचे मला दिसले.

मी स्टडी रूममध्ये धावत गेलो. तिथे कलाम बसले होते. मला पाहताच ते म्हणाले, ''मि. नायर, त्या आपल्याबरोबर पक्षांच्या पाठिंब्याची पत्रे घेऊन येतील, असं तुम्ही मला म्हणाला होतात. परंतु त्या तर फक्त चर्चेसाठीच आल्या होत्या. त्या म्हणाल्या, की त्या पुन्हा उद्या येतील आणि त्यावेळी आपल्यासोबत पाठिंब्याची पत्रंही आणतील. मी त्यांना म्हणालो, की उद्यापर्यंत कशाला वाट पहायची? आज दुपारी किंवा संध्याकाळी केव्हाही मी इथं उपलब्ध आहे. तेव्हा तुम्हाला पाठिंब्याची पत्रं मिळाली की तुम्ही लगेच या. माझी कागदपत्रं तर तयारच आहेत.''

''बरोबर आहे, सर,'' मी म्हणालो. ''ठीक आहे. आपण वाट पाहूया.''

..आणि आम्ही वाट पाहिली. त्यानंतर आम्हाला संदेश मिळाला की सोनिया गांधी १९ मे रोजी रात्री ८.१५ वाजता राष्ट्रपतींना भेटणार आहेत. पुन्हा एकदा माझे पत्र घेऊन मी तयार होतो. राष्ट्रपतींची त्यावर सही व्हायची होती. अगदी बरोबर ८.१५ वाजता सोनिया गांधी डॉ.

सिंग यांच्याबरोबर तिथे आल्या. मी शेजारच्या खोलीत वाट पहात होतो. पुन्हा काही क्षण तसेच निघून गेले. बेल वाजली आणि मी आत गेलो. राष्ट्रपतींनी मला सांगितले की डॉ. सिंग हे पक्षाचे नेते असतील असे त्यांना सांगण्यात आले होते. त्याविषयीच्या पत्रात म्हटले होते की सिंग हे काँग्रेस संसदीय पक्षाचे नेते असतील आणि पंतप्रधानपदाचेही उमेदवार असतील. त्यांनी आपल्यासमवेत इतर पक्षांच्या नेत्यांची पाठिंबा देणारी पत्रेही आणली होती. मला तसे सांगितल्यानंतर मी परत गेलो आणि माझ्या पत्रातील मजकुर बदलला. आता डॉ. मनमोहन सिंग यांना राष्ट्रपती पंतप्रधानपदी नियुक्त करणार होते. डॉ. सिंग विनम्रपणे आणि अत्यंत विनयशीलपणे उभे राहिले आणि त्यांनी सोनिया गांधी यांचे आभार मानले. आता भावी पंतप्रधानांचे राष्ट्रपतींनीही अभिनंदन केले. माझे काम झाल्यामुळे मी तिथून निघून गेलो.

मला वाटले की आता सारे काही संपले होते. परंतु नाही. ती तर खरी सुरुवात होती. अफवांचे पेव फुटायला तोपर्यंत सुरुवात झाली होती. त्या अफवांनुसार, राष्ट्रपतींनी सोनिया गांधींना पंतप्रधानपदाची शपथ देण्यास नकार दिला होता. काहींनी असे सांगण्यास सुरुवात केली होती की कलामांनीच सोनिया गांधींना पंतप्रधानपदावर दावा न करण्याचा सल्ला दिला होता. कित्येक संपादकीये आणि लेख लिहिले गेले. असे समजते, असे कळते अशा आधारांवर ती लिहिली गेली होती. आपण काय पाहिले, ऐकले आपल्याला काय समजले त्यावरून ती लिहिलेली होती. प्रत्यक्षात मात्र ती घटना घडताना कोणीही जवळपास नव्हते. परंतु नंतर त्या अफवांना वृत्तपत्रांमध्ये जागा मिळू लागल्या आणि टीव्हीवरही त्या झळकू लागल्या. त्यामुळे भोळसर साधासुधा वाचक आणि प्रेक्षक त्यांना बळी पडू लागला. त्यांच्या दृष्टीने सोनिया गांधींचे नागरिकत्व हा महत्त्वाचा मुद्दा होता. सर्वोच्च न्यायालयाने याविषयी आधीच ठरवले होते. तरीही या विषयावर राष्ट्रपतींकडे कित्येक प्रातिनिधीक मते येत राहिली. राष्ट्रपती भवनात आमच्यापुरता तरी हा वादाचा मुद्दाच नव्हता.

सर्वोच्च न्यायालयाने दिलेला निर्णय स्पष्ट होता आणि त्याविषयी राष्ट्रपतींना पूर्णपणे माहिती होती. राष्ट्रपती खोटे बोलत नव्हते. माध्यमांनी जे काही लिहिले होते, त्यामुळे त्यांना अतीव दुःख झाले होते. अशा प्रकारे सोनिया गांधींना पंतप्रधानत्व नाकारल्याच्या बातम्या वृत्तपत्रांमधून आल्या आहेत, त्या खोट्या आहेत, असे एक साधे पत्रक राष्ट्रपती भवनातून काढण्यात आले. 'अशा प्रकारे अफवा पसरत असतील, तर पसरत राहू देत. तरीही सत्य हे अबाधितच राहणार आहे. आपण या प्रकरणात अधिक अडकू नये,' असे आम्ही राष्ट्रपतींना सांगितले होते.

आता या गोष्टीला इतकी वर्षे उलटून गेल्यावरही मला अजूनही त्या गोष्टीचे दुःख होत राहते. या गोष्टीकडे ज्यांना कोडे म्हणून पहायचे होते, त्यांच्यासाठी ते अजूनही कोडेच बनून राहिले आहे आणि अद्यापही ते सोडवले गेलेले नाही. त्या संबंधितांकडून त्या बैठकीत नेमके काय घडले होते हे सांगितले गेले असते तर... परंतु असे कित्येक प्रसंग आल्यावरही त्यांच्यापैकी कोणीही ते सांगितले नाही. हा मुद्दा कित्येक वेळा अनुमान किंवा तर्क म्हणून चर्चिला गेला. विशेषतः कलामांची राष्ट्रपतिपदी दुसऱ्यांदा निवड होण्याची शक्यता वर्तवली

जात होती, तेव्हा तर या मुद्यावर बरीच चर्चा झाली. त्यावेळी नेमके काय घडले होते, याविषयी कलामांना बोलण्यास सांगावे, असे मला त्यावेळी कित्येकांनी सांगितले. परंतु मी त्या मोहापासून दूर राहिलो. कलामांच्या किंवा त्यांच्या कार्यालयाच्या मोठेपणाला त्यामुळे यत्किंचितही बाधा येणार नव्हती, हे मला निःसंशयपणे माहिती होते. त्याविषयी काहीही स्पष्टीकरण देण्याची आवश्यकताच नव्हती. त्यामुळे अकारणच अनुचित वादाच्या भोवऱ्यात अडकण्याची गरजही मला वाटली नाही. राजकारण हे कदाचित वास्तवाएवढेच प्रत्येकाच्या दृष्टिकोनावर आणि आकलनावरही अवलंबून असावे.

ooo

११

२३ मे २००५. नेहमीप्रमाणेच थंडी होती. परंतु खोल्यांमध्ये उबदार हवा होती. हॉटेल केम्पिन्सीकमधील माझ्या खोलीत मी आरामशीरपणे बसलो होतो. मॉस्कोमध्ये त्यावेळी रात्रीचे ११.१५ वाजले होते. दारावर टकटक झाली आणि आपल्याला राष्ट्रपतींच्या स्यूटमध्ये जावे लागणार आहे, हे माझ्या लक्षात आले. नक्कीच काहीतरी गंभीर घडले होते, याची मला जाणीव झाली होती. कारण कलाम कधीच कार्यालयीन वेळेखेरीज सुट्टीच्या दिवशी आपल्या अधिकाऱ्यांना त्रास देत नसत.

अर्थातच आणीबाणीची परिस्थिती उद्भवली तर मात्र अशा अपवादात्मक परिस्थितीत हा नियम पाळला जात नसे.

मी स्यूटमध्ये गेलो. आपला निळा शर्ट घालून आणि नेहमीचे खास स्मित तोंडावर खेळवत ते तिथे बसले होते. मात्र भुवया नेहमीपेक्षा अधिक उंचावलेल्या होत्या.

'' मला पंतप्रधानांचा फोन आला होता,'' ते म्हणाले. ''ते माझ्याशी सुमारे वीस मिनिटे बोलले. बिहारमधील विधानसभा विसर्जित करण्याचा विषय होता. आमदार विक्री जोरात सुरू असल्याचा अहवाल राज्यपालांनी पाठवला आहे. त्यामुळे विधानसभा विसर्जित करणे हा लोकशाही वाचवण्याचा एकमेव मार्ग आहे. मंत्रिमंडळाने राज्यपालांच्या अहवालावर चर्चा केली असून आता माझ्याकडे विधानसभा विसर्जनाची शिफारस इकडे पाठवण्यात येणार आहे.''

यामागे एक छोटीशी पार्श्वभूमी होती. फेब्रुवारी २००५ मध्ये बिहार विधानसभेच्या निवडणुका झाल्या होत्या. कोणत्याही पक्षाला किंवा युतीला बहुमत मिळाले नव्हते. सरकार स्थापनेच्या सर्व शक्यता राज्यपालांनी पडताळून पाहिल्या होत्या. कोणताही पक्ष किंवा युती स्थिर सरकार स्थापन करू शकणार नाही, अशा निर्णयाप्रत ते आले होते. विधानसभा अधांतरी ठेवून राज्यात राष्ट्रपती राजवट आणण्याची शिफारस त्यांनी केली होती. ७ मार्चला झालेल्या मंत्रिमंडळाच्या बैठकीतही राष्ट्रपतींकडे तशीच शिफारस करण्यात आली होती.

त्यानंतर कलम ३५६ अंतर्गत राष्ट्रपतींनी त्याच दिवशी त्यावर सहीही केली होती. १९ मार्चला लोकसभेने आणि २१ मार्चला राज्यसभेने याला मान्यता दिली होती.

त्यानंतर, २१ मे २००५ ला राष्ट्रपतींना पाठवलेल्या अहवालात राज्यपालांनी बिहार विधानसभेच्या विसर्जनाची शिफारस केली होती. लोकजनशक्ती पार्टीच्या आमदारांना फोडण्यासाठी आणि त्यांच्या साहाय्याने बहुमत मिळवून राज्यात सरकार स्थापन करण्यासाठी जनता दल (संयुक्त) पक्षाने लोकजनशक्तीच्या आमदारांसमोर प्रलोभने ठेवली होती, असे म्हटले जात होते. मात्र अशा प्रकारच्या अयोग्य पद्धतीने आमदारांवर प्रभाव टाकल्यामुळे लोकांच्या विश्वासाला तडा जाईल असा राज्यपालांचा दृष्टिकोन होता. त्यामुळे लोकांना पुन्हा एकदा आपला अधिकार वापरण्याची नवीन संधी द्यावी आणि त्यासाठी त्रिशंकू अवस्थेतील विधानसभा बरखास्त करावी असे त्यांचे म्हणणे होते. मंत्रिमंडळाच्या २२ मे रोजी झालेल्या बैठकीत राज्यपालांच्या शिफारशीला मान्यता देण्यात आली आणि राष्ट्रपतींकडे कलम १७४ (२)(ब) अंतर्गत बिहार विधानसभा बरखास्त करण्याची शिफारस करण्यात आली.

''आता आपण काय करूया?'' त्यांनी मला विचारले.

''सर, आपण जरा ती कागदपत्रं पाहूया,'' मी म्हणालो. आम्ही थोडा वेळ शांत राहिलो. परंतु तसे आम्हाला जास्त काळ थांबावे लागले नाही. काही मिनिटांतच दिल्लीवरून फॅक्सने पाठवलेली कागदपत्रे आम्हाला मिळाली. कलामांच्या खासगी सचिवाने ती माझ्याकडे दिली. मी सांगितलेले मुद्देच त्यांनीही मांडलेले होते. केंद्रीय मंत्रिमंडळाने त्यावरच विचार केला होता आणि विधानसभा बरखास्तीच्या राज्यपालांच्या शिफारशीला मान्यता दिली होती. आता त्यांना राष्ट्रपतींची संमती हवी होती. मी सर्व कागदपत्रे पाहिली. मंत्रिमंडळाला साहाय्य करणे आणि त्यांना सल्ला देणे ही कामे राष्ट्रपतींना करावीच लागणार होती. आमच्याकडे त्यावेळी राज्यपालांचे अहवाल, मंत्रिमंडळाच्या शिफारशी होत्या. शिवाय पंतप्रधान वीस मिनिटे राष्ट्रपतींशी बोलले होते. राष्ट्रपतींच्या समोरचे साहित्य नाकारण्याजोगे नव्हतेच. तासाहूनही अधिक वेळ आम्ही या मुद्याच्या सर्व बाजूंवर साधकबाधक विचार केला. मी त्यांना सल्ला दिला, ''सर, कृपा करून सही करा.'' त्यांनी सही केली. ना मला त्याबद्दल पश्चात्ताप वाटत होता; ना त्यांना. आता ज्यांना कायदा माहिती नव्हता त्यांनी किंवा कायदा माहिती असूनही तो विसरल्याचे सोईस्करपणे सोंग केलेल्यांनी केलेल्या टीकेकडे आम्ही लक्षही देणार नव्हतो.

—

सर्वोच्च न्यायालयाच्या विद्वत्तेबद्दल माझ्या मनात कुठलीही शंका नाही. ते सर्वोच्चच आहे. ज्यावेळी एखादा निवाडा दिला जातो, त्यावेळी कायदा शिकलेल्या न्यायाधीशांनी काही महत्त्वपूर्ण कारणांमुळे तो दिलेला असतो. बिहार विधानसभेची बरखास्ती घटनाबाह्य

असल्याचा निर्णय सर्वोच्च न्यायालयाने दिला आणि मग मात्र सगळ्याच अनुचित गोष्टींना ऊत आला. राष्ट्रपती किंवा त्यांच्या कार्यालयावर न्यायालयाने एकही ताशेरा झोडलेला नव्हता. राष्ट्रपतींनी काढलेला आदेश न्यायालयाने घटनाबाह्य ठरवला होता. मात्र पत्रकारांना तेवढे पुरेसे होते. ज्यांची नावेही फारशी ऐकलेली नव्हती, ते वकील संतापाने बोलू लागले. पत्रकार कलामांच्या राजीनाम्याची मागणी करू लागले आणि कलामांकडे कायदेविषयक किंवा राजकारणातील चातुर्य नसल्याबद्दल वकील गळा काढू लागले. जणू काही त्यांच्याकडे या गोष्टी पुरेशा प्रमाणात होत्या. ज्या लोकांना 'कॉन्स्टिट्युशन' या शब्दाचे स्पेलिंगही धड लिहिता येत नव्हते; ते आता याविषयी लिहू लागले, ठराव करू लागले. गरीब बिच्चारे कलाम! फक्त आपल्या अपरिमित कष्टांच्या आणि व्यासंगाच्या बळावर स्वतःला एवढ्या उच्च स्थानी विराजमान करू शकणाऱ्या रामेश्वरच्या त्या व्यक्तीला आता आपण स्वतःला कचऱ्याच्या ढिगाऱ्यात अडकवून घेतल्यासारखे वाटत होते.

त्यानंतरचे दिवस भयंकर होते आणि राष्ट्रपती भवनमधील वातावरण खिन्न होते. बडबडे आणि सतत सक्रिय असलेले कलाम बहुतेक वेळा शांतच असत. ते काय विचार करत असतील, हे मी व्यवस्थितपणे जाणून होतो. याच वातावरणात आणखी दोन दिवस उलटले. त्यानंतर कलामांनी मला त्यांच्या खोलीत बोलावले. त्यांच्या चेहऱ्यावर त्यांचे ते नेहमीचे स्मित नव्हते. एक पुसटसे स्मित मात्र त्यांच्या चेहऱ्यावर होते, त्यात 'विलक्षण' वगैरे वाटण्याजोगे काहीच नव्हते. मी खाली बसलो आणि त्यांनी माझ्या डोळ्यांत थेट रोखून पाहिले. ते म्हणाले, ''मि. नायर, मी एक निर्णय घेतला आहे.'' त्यांनी काय ठरवले होते ते मला माहिती होते. कारण त्यांचा हात शर्टाच्या खिशाकडे होता. मी पुढे झुकलो आणि म्हणालो, ''सर,'' परंतु माझे वाक्य अर्धवट तोडत ते म्हणाले, ''नाही, मि. नायर, काहीही बोलू नका. माझ्या सद्सद्विवेकबुद्धीला स्मरून मी हा निर्णय घेतला आहे.'' मी दुखावला गेलो होतो आणि अगदी प्रामाणिकपणे बोलायचे तर मी रागावलोही होतो. मी खुर्चीत रेलून बसलो आणि मग तिथे भली मोठी शांतता पसरली. त्यांनी आणखी काही म्हटले नाही आणि मीही काही बोललो नाही.

कारण मला बोलण्याची परवानगीच नव्हती. पत्रकारितेच्या क्षेत्रात धुमाकूळ घालणाऱ्यांना हवा असलेला कागदच त्यांच्या खिशात होता हे मला माहिती होते. तसेच आणखी दोन दिवस गेले. भारतातील आणखी एक महान गोष्ट म्हणजे इथे सल्लागारांची कमतरता नाही. कोणीही रुजू होऊ शकतो असे भारत सरकारच्या अखत्यारीतील जर कोणते पद असेल, तर ते फक्त सल्लागाराचेच असेल. सल्ला देण्यासाठी सखोल विचार करण्याची काहीही गरज नसते. उलटपक्षी कोणताच विचार न करता दिल्या गेलेल्या सल्ल्यालाच प्राधान्य असते. त्यामुळे अशा प्रकारच्या अनेक सल्लागारांच्या विळख्यात कलाम अडकले होते. एका 'सल्लागाराने' तर त्यांना भारतीय राज्यघटनेचा ऋग्वेदात सापडत असलेला अर्थ सांगितला होता. त्यामुळे त्यांनी स्वतःच बनवून प्रक्षेपित केलेल्या रॉकेट्स आणि क्षेपणास्त्रांच्या गरगर फिरण्याच्या गतीहूनही अधिक गतीने ते गरगरत राहिले होते.

अशा प्रकारे कित्येक दिवस निघून गेले. आता प्रेसमध्ये नवीन तज्ज्ञांचा उदय झाला होता. त्यांच्यापैकी काही खरोखरच बुद्धिमान होते आणि काहींच्या क्षमतांविषयी शंका घ्यायला जागा होती.

त्यांनी मला पुन्हा एकदा बोलावले. ''मि. नायर, मला बिहारवर चर्चा करायची आहे.'' यावेळी आदरपूर्वक; परंतु मी त्यांचे बोलणे अर्धवट तोडत बोललो. ''सर,'' मी म्हणालो, ''त्या दिवशी मला तुम्हाला काहीतरी सांगायचं होतं, तेव्हा तुम्ही त्याला नकार दिला आणि मला गप्प बसावं लागलं. मग सर, आता असं काय नवीन घडलंय?'' त्यांनी माझ्याकडे सरळ पाहिले आणि त्यांना होत असलेले क्लेश माझ्या लक्षात आले. मी स्वतःवरच चरफडलो. हेतूतः नसले तरी उतावळेपणाने मध्येच बोलण्याची मला काय आवश्यकता होती?

'' मि. नायर, मी दोन गोष्टी करू शकत होतो. एक तर मंत्रिमंडळाकडे मी तो प्रस्ताव पुनर्विचारासाठी पाठवू शकलो असतो किंवा किमान मी दुसऱ्या दिवशीच्या सकाळपर्यंत तरी वाट पाहू शकलो असतो.''

माझी सहनशक्ती पुन्हा कमी होत होती. मला माहिती होते, की राष्ट्रपतींची अशी क्षमायाचना मी कोणासमोरही उघड करणार नव्हतो. परंतु मी आदरयुक्त वागतो आणि तरीही स्पष्टवक्ताही आहे. कदाचित हे दोन गुण एकत्र नांदू शकत नसावेत.

''सर,'' मी म्हणालो, ''भारताचे राष्ट्रपती असलेल्या एका शास्त्रज्ञाशी मी बोलत आहे. मी एका राजकारणी राष्ट्रपतीशी बोलत नाही. शास्त्रज्ञ नेहमीच तर्काच्या आणि कार्यकारणभावाच्या आधारे काम करतात आणि म्हणूनच मी याविषयी तुम्हाला काही प्रश्न विचारणार आहे. तुम्हाला त्याची उत्तरे शास्त्रज्ञ राष्ट्रपती या नात्यानं द्यावीच लागतील.'' माझ्यासारख्या एका सरकारी अधिकाऱ्याकडून त्यांना या प्रकारच्या बोलण्याची अपेक्षाच नव्हती. परंतु या कल्पनेला त्यांच्यातील शास्त्रज्ञाने प्रतिसाद दिला.

त्यांच्या चेहऱ्यावर कित्येक दिवसांनी प्रथमच किंचित स्मित झळकल्याचे मला दिसले. ते म्हणाले, ''बोला.''

'' सर, आपण मॉस्कोत होतो. त्यावेळी तुमच्यासमोर काय होतं? राज्यपालांनी पाठवलेले तीन अहवाल होते. (ते अहवाल कोणी लिहिले होते ते मला माहिती नव्हते; तरीही त्या अहवालांमध्ये कोणतेही वादग्रस्त मुद्दे नव्हते किंवा त्यांना आव्हान देण्याजोगेही त्यात काही आक्षेपार्ह आढळले नव्हते.) मंत्रिमंडळाची शिफारस आणि सल्ला होता आणि पंतप्रधानांनी टेलिफोनवरून तुमच्याशी संभाषण केले होते. प्रस्ताव परत पाठवण्याजोगे कोणते वादग्रस्त मुद्दे या सर्वांमध्ये होते? तुम्ही दिल्लीत असतात तर कोणी तरी नेता किंवा इतर कोणीही तुमच्याशी वैयक्तिकरित्या किंवा टेलीफोनवरून बोलले असते. तिथे मॉस्कोमध्ये तुमच्याशी कोणी काही बोलले का? तुमच्या समोर असलेल्या माहितीखेरीज आणखी

कोणती माहिती तुमच्याकडे होती का? कशाच्या आधारावर तुम्ही तो प्रस्ताव परत पाठवायला हवा होता किंवा पाठवू शकला असतात?''

त्यांनी थोडा वेळ विचार केला आणि ते म्हणाले, ''परंतु मी दुसऱ्या दिवशी सकाळपर्यंत थांबायला हवं होतं.''

'' का सर?'' मी विचारले. ''आपल्याकडे आलेल्या कोणत्याही प्रस्तावाबाबत दिरंगाई करता कामा नये आणि वेळेवर निर्णय घेतला गेला पाहिजे असं तुम्हीच आम्हाला राष्ट्रपती भवनात नेहमी सांगत असता. मग या वेळी दुसऱ्या दिवसापर्यंत प्रस्ताव तसाच लटकवून ठेवण्यासाठी तुम्ही कोणतं कारण देणार होतात?''

त्यांनी माझ्याकडे पाहिले. ते क्षणभर थबकले आणि म्हणाले, ''मि. नायर, मला वाटतं, की सर्वोच्च न्यायालयात तुम्हीच माझं प्रतिनिधीत्व करायला हवं होतं.'' आणि नंतर मग मीही शांत राहिलो.

२०

जनरल परवेझ मुशर्रफ भारताला भेट देणार होते. पाकिस्तानच्या राष्ट्राध्यक्षांची भेट ही नेहमीच महत्त्वपूर्ण घटना असते आणि राजकीय वर्तुळात नेहमीचीच लगबग सुरू होती. त्यांच्या कार्यक्रमांमध्ये राष्ट्रपती कलामांच्या भेटीच्या कार्यक्रमाचाही समावेश होता.

या भेटीआधी एक दिवस मी कलामांकडे गेलो. "सर, जनरल मुशर्रफ उद्या तुमची भेट घेणार आहेत," मी म्हणालो. "होय, मला ते माहिती आहे," ते म्हणाले आणि मी आणखी काय बोलणार आहे याविषयी बुचकळ्यात पडल्यासारखे ते वाट पाहू लागले.

"सर, तुमच्याशी बोलताना ते नक्कीच काश्मीरचा वादग्रस्त मुद्दा काढतील. त्यासाठी तुम्हालाही थोडी तयारी करावी लागेल," मी थोडक्यात त्यांना सांगितले.

कलाम क्षणभर थांबले. नंतर त्यांनी माझ्याकडे पाहून स्मित केले आणि म्हणाले, "काही काळजी करू नका. मी ते व्यवस्थित हाताळेन." त्यांच्या आत्मविश्वासाने मला हमी मिळाली. परंतु तरीही तिथून बाहेर पडताना राहून राहून माझ्या मनात एक प्रश्न येत होता, 'उत्तम राजकारण्यांनाही जो मुद्दा भंडावून सोडतो तो ते एवढ्या आत्मविश्वासाने कसा काय हाताळणार होते?' आग्र्याला झालेली प्रसिद्ध शिखर परिषदही या मुद्द्यावरून विस्कळीत झाली होती. शिवाय त्या देशाशी संघर्षाचे कित्येक मुद्देही होतेच.

संध्याकाळ झाली. तो दिवस भरगच्च घटनांनी भरलेला होता. त्यात भारत आणि पाकिस्तान यांच्यातील क्रिकेटच्या सामन्याचाही समावेश होता. स्टार बॅट्समन धोनी याच्या केसांविषयी जनरलनी मारलेल्या शेऱ्यामुळे बातम्यांमध्ये चांगलाच रंग भरला होता.

संध्याकाळचे साडेसात वाजले. जनरल मुशर्रफ कार्सच्या ताफ्यात आले आणि त्यांना राष्ट्रपती भवनच्या पहिल्या मजल्यावरच्या उत्तरेकडच्या ड्रॉईंग रूममध्ये नेण्यात आले. कलामांनी त्यांचे स्वागत केले आणि त्यांना त्यांच्या खुर्चीवर बसायला सांगून स्वतः त्यांच्या शेजारच्या खुर्चीवर बसले. भारतीय आणि पाकिस्तानी अधिकारी आपापल्या जागांवर बसले. त्यांच्यातील संभाषण सुरू झाले आणि ते सुमारे अर्धा तास चालले.

दोन्ही बाजूंनी स्मित केले जात होते. हास्यविनोद केले जात होते आणि कलाम एकदमच बोलू लागले, ''मि. राष्ट्राध्यक्ष, भारताप्रमाणेच तुमच्या देशातही मोठ्या प्रमाणात ग्रामीण भाग आहे. ग्रामीण भागांच्या विकासासाठी आपण दोन्ही राष्ट्रांनी एकत्रितपणे जेवढे शक्य असतील तेवढे प्रयत्न करावेत, असं तुम्हाला वाटत नाही का?''

जनरल मुशर्रफ यावर काय बोलणार होते? ते म्हणाले, ''होय. वाटतं.'' आणि नंतर मात्र कलाम खरोखरच बोलू लागले, ''मि. राष्ट्राध्यक्ष, मी तुम्हाला PURA संबंधी अत्यंत थोडक्यात माहिती देणार आहे. याचा अर्थ आहे 'शहरी सुविधा ग्रामीण भागाला पुरवणं.' (प्रोव्हायडिंग अर्बन फॅसिलिटीज इन रुरल एरियाज). आता ते बोलत राहिले आणि PURA म्हणजे काय याविषयी ते सुमारे २६ मिनिटे बोलले. जनरल मुशर्रफ यांना या प्रकल्पात अत्यंत स्वारस्य होते. त्यामुळे बोलणे संपल्यानंतर त्यांनी स्मित केले आणि ते म्हणाले, ''थँक यू राष्ट्रपती. तुमच्यासारखे शास्त्रज्ञ राष्ट्रपती लाभल्यामुळे भारत नक्कीच सुदैवी आहे.'' त्यानंतर हस्तांदोलने झाली आणि ते निघून गेले. शास्त्रज्ञही राजकारणी असू शकतात!

२१

सन २००६ अर्धे उलटले होते. भारतात सगळीकडे ज्वर पसरला होता. हा ज्वर चिकनगुनिया किंवा डेंग्यू किंवा इतर कोणत्या तापाचा नव्हता; तर तो होता बुश ज्वर. मी केलेल्या कोटीबद्दल क्षमा करा. राष्ट्राध्यक्ष जॉर्ज बुश भारताला भेट देणार असल्यामुळे सगळीकडे लगबग सुरू होती.

सर्वत्र जोरदार तयारी सुरू होती. फ्रान्सच्या राष्ट्राध्यक्षांची भेट फारसा गाजावाजा न होता पार ही पडली होती. मात्र आता बुश यांच्या स्वागतासाठी सर्वांनीच कंबर कसली होती. अमेरिकन राष्ट्राध्यक्षांच्या भेटी या थोड्या आणि दीर्घ काळानंतर असतात. कदाचित हे त्यामागचे कारण असावे किंवा त्या देशाशी असलेल्या संबंधांत सुधारणा झाल्यामुळेही कदाचित हे झाले असावे. एका अतिमहत्त्वाच्या सरकारी कार्यालयातून मला फोन आला. त्या कार्यालयातील एका अत्यंत वरिष्ठ अधिकाऱ्याने तो केला होता. आपल्या गुळमुळीत शैलीत, सरकारी अधिकाऱ्याच्या थाटात त्यांनी मला सांगितले, की कदाचित राष्ट्रपती भवनातील गालिचे बदलावे लागतील. त्यांच्याएवढ्याच नियंत्रित आवाजात मी त्यांना विचारले, ''का?'' उत्तर आले, ''बुश येत आहेत.'' मला उच्च रक्तदाबाचा त्रास आहे आणि त्यामुळे रक्तदाब वाढला की माझी सहनशक्ती संपुष्टात येते. फोन करणाऱ्या त्या अधिकाऱ्याविषयी मला आदर होता, त्यामुळे मी त्यांना एवढेच म्हणालो, ''नाही. नक्कीच नाही. राष्ट्रपती भवनातील ज्या गोष्टी इतर देशांच्या राष्ट्राध्यक्षांसाठी आणि प्रमुखांसाठी चांगल्या ठरतात, त्याच गोष्टी अमेरिकेच्या राष्ट्राध्यक्षांसाठीही चांगल्याच ठरतील.''

अशाच प्रकारचा एक फोन मला परदेश खात्यातील एका अशाच अत्यंत वरिष्ठ अधिकाऱ्याकडूनही आला होता. ते म्हणाले, ''पीएम, तुझ्या सोईच्या वेळी राष्ट्रपती भवनातील सगळ्या सुविधांची आपण दोघे मिळून एकदा तपासणी करूया. तुला माहितीच आहे, की राष्ट्राध्यक्ष बुश येणार आहेत.''

''मला माहिती आहे,'' मी म्हणालो. ''परंतु तपासणी करण्यासारखं इथे काहीच नाही. कोणत्याही देशाचा प्रमुख काही इथे प्रथमच भेट देत नाही. गेल्या आठवड्यात एका

राष्ट्रप्रमुखाने आपल्याकडे भेट दिली होती. त्यांच्यासाठी जे चांगलं ठरलं, तेच पुढील आठवड्यात आपल्याला भेट देणाऱ्यांसाठीही चांगलंच ठरेल.''

त्या वरिष्ठ अधिकाऱ्याशी माझे चांगले संबंध होते आणि आम्ही एकमेकांना चांगले ओळखत होतो. त्यामुळे त्यानंतर या विषयावर तो माझ्याशी एक शब्दही बोलला नाही. त्यानंतर मला कोणीही फोन केला नाही; किमान या विषयावर तरी! मागच्या वेळी अमेरिकेचे राष्ट्राध्यक्ष इथे आले होते, त्यावेळी त्यांच्या गुप्तचर सेवेतील लोकांनी आणि पोलिसांनी राष्ट्रपती भवनमधील सुरक्षितताही बाजूला सारली होती आणि त्यांच्या अधिकाऱ्यांनी सर्वत्र देखरेख ठेवली होती आणि त्यांच्या सुरक्षिततेची जबाबदारी घेतली होती. त्यांच्या राष्ट्राध्यक्षांकडून परदेशांत गेल्यानंतर घेतल्या जाणाऱ्या अतिरिक्त काळजीविषयी प्रेसने भरपूर लिहिले होते. हे सारेच कदाचित दहशत पसरवणारे होते. मात्र राष्ट्रपती भवनाचा विचार करता तेथील सुरक्षा व्यवस्थेबाबत असले वर्तन मला नक्कीच पटले नसते. दुसऱ्याच दिवशी राष्ट्रपतींना मी याविषयीची माझी मतेही सांगितली. ते खळखळून हसले आणि त्यातूनच माझ्या प्रस्तावाविषयीचा त्यांचा विश्वास मला जाणवला. माझ्या दृष्टिकोनाला त्यांनी मान्यता दिली होती आणि तेवढे माझ्यासाठी पुरेसे होते. गुप्तहेर खात्याला मी स्पष्टपणे कल्पना दिली, की राष्ट्रपती भवनाचा विचार करता तेथील सुरक्षिततेची संपूर्ण व्यवस्था फक्त भारतीय पोलीस आणि सुरक्षा यंत्रणांकडेच असेल. त्यासाठी कोणत्याही परदेशी व्यक्तीला परवानगी दिली जाणार नाही. शिवाय आपल्या पोलीस आणि सुरक्षा यंत्रणेची तपासणीही त्यांना करता येणार नाही. इमारतीच्या सर्वोच्च जागी थांबण्यास त्यांच्या फक्त एका स्निपरला परवानगी दिली जाईल. मात्र तोही लपलेल्या जागीच राहिला पाहिजे. कोणाच्याही नजरेस पडता कामा नये. फक्त एक अपवाद म्हणूनच आम्ही या गोष्टीला परवानगी दिली होती. अशा स्वरूपाच्या कोणत्याही विनंत्या याआधी इतरांकडून कधीच आल्या नव्हत्या.

राष्ट्राध्यक्ष बुश आले. त्यांचे आगमन केवढे प्रसन्न, आपुलकीचे आणि मैत्रीपूर्ण होते! प्रेस, सुरक्षा व्यवस्था आणि इतरांनी जेवढा बाऊ केला होता, त्याचा लवलेशही त्यात नव्हता. त्यांचे समारंभपूर्वक स्वागत करण्यात आले. राष्ट्राध्यक्षांचे शरीररक्षकही त्यांच्या समवेत होते आणि त्यांची उपस्थिती अत्यंत प्रभावी होती.

भेट देणाऱ्या सन्माननीय पाहुण्यांना दिली गेलेली मेजवानी हाही एक स्वतंत्र असा छोटासा कार्यक्रमच होता. तो मुघल गार्डनच्या हिरवळीवर पार पडला. या कार्यक्रमाला उपस्थित राहता यावे म्हणून दिल्लीतील भल्या भल्या आणि समाजातील आत्यंतिक प्रतिष्ठित मानल्या जाणाऱ्या लोकांनीही जे प्रयत्न केले ते मी सांगत बसत नाही. ते सारेच लज्जास्पद होते, एवढेच मी म्हणेन. मेजवानीनंतर अमेरिकेच्या राष्ट्राध्यक्षांचे कलामांशी औपचारिक संभाषण झाले. प्लाझ्मा स्क्रीन पुन्हा एकदा सुरू करण्यात आला. बुश आणि त्यांच्या पत्नी लॉरा त्यामुळे आश्चर्यचकित झाले. मेजवानीचा समारंभ खूपच चांगल्या प्रकारे पार पडला. अखेरीस बुश उठून बँडकडे गेले आणि उत्तम कामगिरीबद्दल त्यांनी त्यांचे अभिनंदन केले.

स्वागताचे कौतुक करणारे, स्वहस्ताक्षरातील पत्र त्यांनी कलामांसाठी दिले. ते पत्र या पुस्तकाच्या पुरवणीमध्ये समाविष्ट करण्यात आले आहे.

मिसेस लॉरा बुश यांनीही कलामांना त्यांच्या उत्तम आदरातिथ्याविषयी स्वहस्ताक्षरात लिहिलेले पत्र दिले. आम्हाला ते उमदे आणि आकर्षक वर्तणुकीचे लोक वाटले.

राष्ट्रपती भवनावरील तिरंगा अर्थातच अभिमानाने फडकत होता.

२२

"मी बाहेर गेलो असताना माझी पेन्सिल कुणी घेतली?" माझे वडील संतापाने विचारत होते. केरळमधील थोडुपुझ्झा येथे आम्ही रहात होतो. तिथे ते जिल्हा मुन्शी म्हणून काम करत होते. त्यांनी घरीच ऑफिसमधील एक टेबल आणले होते आणि काही प्राथमिक स्टेशनरीही होती. तिथे बसून ते केस फाईल्सचे काम करत असत. त्यावेळी आमच्या घरी दुसरे टेबलच नव्हते आणि इतर स्टेशनरीही नव्हती.

मी त्यावेळी पाचवीत शिकत होतो. गृहपाठातील काही ना काही मला अधोरेखीत करावे लागत असे आणि त्यासाठी त्यांच्या कार्यालयीन पेन्सिलींमधील पेन्सील मी हळूच वापरत असे. नंतर मी ती पुन्हा जागेवर ठेवून देत असे. ती पूर्वी होती तिथेच मी ती ठेवली असे मला वाटत असे, परंतु तसे नसे आणि मी पकडला जात असे.

त्यांच्यासमोर खोटे बोलून 'नाही' असे म्हणण्याचे धाडस घरातील कोणीच करत नसे. त्यामुळे मी पुढे गेलो आणि म्हणालो, "मी....मी ती काही शब्दांखाली रेघा मारण्यासाठी घेतली होती...अछन...." त्यावेळी 'सॉरी' म्हणण्याएवढीही ताकद माझ्यात नव्हती.

"कार्यालयीन गोष्टींचा वापर फक्त कार्यालयीन कामांसाठीच करायचा असतो, खासगी वापरासाठी त्या गोष्टी वापरायच्या नसतात, हे तुला माहिती नाही का?" त्यांनी जोरात ओरडून विचारले आणि त्या पाठोपाठ माझ्या अंगावर तीन वेळा सपासप छड्या बसल्या. (ते नेहमीच आपल्याजवळ छडी ठेवत असत.)

मला धडा मिळाला होता. मी तो शिकलो होतो, असे मला वाटते आणि आयुष्यभर माझ्या तो कामी आला. सचोटी आणि प्रामाणिकपणाची ती हद्दच झाली होती आणि मी ती पाहिली होती, असे मला वाटत होते. परंतु माझी ती चूक होती. माझ्या दिवंगत वडलांविषयी योग्य तो आदर बाळगूनही मला सांगावेसे वाटते की याबाबतीत आणखीही शिकण्यासारखे असल्याचे मला राष्ट्रपतींच्या सान्निध्यात आल्यानंतर आढळले.

मे २००६. ''तुम्हाला माहिती आहे का मि. नायर, माझे नातेवाईक आठवडाभरासाठी किंवा दहा दिवसांसाठी माझ्याकडे रहायला येत आहेत. मात्र कृपया, ही गोष्ट पूर्णपणे खासगी राहील याची काळजी घ्या. याच्याशी कार्यालयाचा काहीही संबंध नसेल.'' त्यांच्या नात्यातील ५२ लोक त्यांना भेटायला येणार होते. त्यांमध्ये त्यांच्या ९० वर्षांच्या मोठ्या भावासह त्यांचा दीड वर्षाचा पणतुही होता. (भावाचा सख्खा पणतु). ते जे बोलले होते, त्यातील प्रत्येक शब्द अर्थपूर्ण होता हे मला माहिती होते.

ते सर्व जण आले. आठ दिवस राहिले. ते अजमेर शरीफला गेले. तरुण मुले दिल्लीत शॉपिंगलाही गेली आणि नंतर तिथून ते सारे जण निघून गेले. या सर्वांत सांगण्यासारखी बाब म्हणजे त्यांच्यापैकी कोणाहीसाठी एकदाही, म्हणजे अगदी एकदासुद्धा कार्यालयीन गाडीचा वापर केला गेला नाही. खरे तर एवढ्या मोठ्या प्रमाणात ते लोक आले होते, परंतु तरीही तसे घडले नाही. राष्ट्रपती भवनातील ज्या खोल्यांमध्ये ते राहिले होते, त्यांचे भाडे कलामांनी भरले. अगदी ते प्यायलेल्या प्रत्येक चहाच्या कपाचे बिलही त्यांनी भरले. ते सगळे बिल होते तीन लाख ५२ हजार रुपये आणि राष्ट्रपतींनी स्वतःच्या खिशातून ते भरले. त्यांनी ते कधीच जाहीर केले नाही की त्याची जाहिरात केली नाही. परंतु आता मी त्याचा उल्लेख करतो आहे, कारण लोकांना हे माहिती असावे असे मला वाटते. मी त्याचा उल्लेख केला तर त्यामुळे त्यांना राग येणार नाही असे मला वाटते. थोडुपुझ्झाच्या त्या घटनेनंतर माझ्या वडलांसमोर मी उभा राहू शकत नव्हतो. परंतु या घटनेनंतर मी कलामांसमोर कायमचाच नतमस्तक झालो आहे. त्यांनी माझ्या कल्पनेच्या पलीकडचा त्यांचा मार्ग मला दाखवला. याशिवाय इतरही अनेक उदाहरणे आहेत. कदाचित ती याहूनही अधिक चांगली आहेत. माझ्या मनात त्या संदर्भात लगेच जे एक उदाहरण आले आहे ते मी तुम्हाला सांगतो. नोव्हेंबर २००२. रमझानचे दिवस होते. उपवास आणि इफ्तार जेवणाने उपवास सोडणे असा कार्यक्रम असतो. कलाम हे अत्यंत धार्मिक वृत्तीचे होते. त्यांनी मला विचारले, ''मि. नायर, आपण हे इफ्तारचं जेवण का करायचं? काहीही झालं तरी ज्यांना आपण या जेवणासाठी निमंत्रित करतो, ते लोक आधीच भरपेट जेवलेले असतात. मग पैशाचा अपव्यय कशाला करायचा? तुम्ही यावर किती खर्च करता?'' इफ्तार जेवणाची व्यवस्था मी प्रथमच पहात असल्यामुळे मी त्यांना 'खर्चाचा अंदाज घेऊन सांगतो,' असे उत्तर दिले.

घरगुती कामकाजाच्या खर्चाच्या नियामकाला मी बोलावले आणि याविषयीचे तपशील विचारले. या जेवणासाठी सुमारे अडीच लाख रुपये खर्च येईल असा अंदाज त्याने व्यक्त केला. मी ती माहिती राष्ट्रपतींना दिली. त्यांनी काही क्षण विचार केला. ''मग हाच पैसा आपण अनाथालयांना का देत नाही? तुम्हाला काय वाटतं?''

''अगदी छान, सर. देव किंवा अल्ला तुमचा आभारी राहील,'' मी उत्तर दिले.

''तुम्ही अनाथालयांची निवड करा,'' त्यांनी उत्तर दिले. ''पैशाचा अपव्यय केला जाणार नाही, याची कृपा करून काळजी घ्या,'' त्यांनी पुढे सांगितले.

त्यांच्या डोळ्यांत एक चमक होती. तिचा अर्थ मला समजला होता. कोणत्याही धर्माचा किंवा जाती, पंथ यांचा विचार न करता गरज आणि योग्य वापर या गोष्टींचा विचार करूनच मला अनाथालयांची निवड करावी लागणार होती. मी टिम तयार केल्या. पैसा दिला जाणार नव्हता. तांदूळ, पीठ, डाळी, ब्लँकेट्स आणि स्वेटर्स यांची खरेदी केली गेली आणि २८ अनाथालयांमध्ये ती वाटली गेली. मुलांना आनंद झाला. कलामांना मी ती वस्तुस्थिती सांगितली. परंतु आणखी एक आश्चर्यही पुढे माझ्या अनुभवाला येणार होते. त्यांनी पुन्हा एकदा मला बोलावले. त्यांच्या खोलीत त्यांच्यासमवेत मी एकटाच होतो. त्यांनी आजूबाजूला पाहिले आणि ते म्हणाले, ''तुम्ही हे सारे साहित्य सरकारी पैशांतून खरेदी करून वाटलं आहे. इफ्तारसाठी मला स्वतःचे पैसे खर्च करायचे आहेत. मी तुम्हाला वैयक्तिक खात्याचा एक लाखांचा धनादेश देतो. तुम्ही सरकारी पैशांचा जसा वापर केला, तसाच या पैशांचाही वापर करा. परंतु हे पैसे मी दिले, असं कोणालाही सांगू नका.'' सरकारी पैशांच्या खर्चाप्रमाणे तेवढ्याच न्याय्यपणे ते पैसेही मी खर्च केले.

मात्र मला हे मान्य केलेच पाहिजे, की त्यांनी 'नको' म्हटले असले तरीही मी मात्र हे पैसे त्यांच्या वैयक्तिक खात्यातून त्यांनी दिल्याचे सर्वांना सांगितले.

२३

राष्ट्रपतींचे परदेश दौरे. राष्ट्रपतींच्या AI–१ या एअर इंडियाने खास सोडलेल्या विमानातील प्रवासी विमानातील सुविधांची मौज लुटत होते. कलाम आपल्या खास केबिनमध्ये काही निवडक लोकांसमवेत बसलेले असत. ते लोक त्यांना हवे असोत वा नसोत; सहसा 'नसोत' हेच अधिक योग्य असे, तरीही ते त्यांच्याभोवती असत. मला आठवते, की सुरुवातीच्या परदेशी दौऱ्याच्या अखेरीस एका धूर्त परदेश सेवा अधिकाऱ्याने शेरा मारला होता, ''पीएम, राष्ट्रपती भवनचा परिसर तुम्ही कीटकनाशके, कीडनाशके आणि अळीनाशकांनी स्वच्छ करून घेतला आहे. परंतु मला अद्यापही इथे काही जळवा दिसत आहेत.'' त्यावेळी मी त्याची फारशी दखल घेतली नव्हती. परंतु आता मला त्याचा अर्थ समजला आहे. ते किती सत्य होते! एकदा विमान उडाल्यावर एअरलाईनचे कर्मचारी आम्ही सारे निवांत आहोत ना, आम्हाला काही त्रास नाही ना, हे पाहण्यासाठी बाहेर येत.

एक छानसा मध्यंतर आणि मग अटळ असणारी पेये. मग ती ब्लडी मेरी, प्लेन व्होडका, स्कॉच आणि सोडा अशी असोत किंवा सॉफ्ट ड्रिंक, फळाचा रस किंवा थंडगार पाणी असो. मग मने तरंगू लागत आणि बडबड सुरू होत असे. अगदी 'पीजें'नाही नेहमीच्या तुलनेत जोरजोरात हसून प्रतिसाद मिळत असे. फक्त कोणत्याही क्षणी तिथे राष्ट्रपती टपकण्याची भीती तेवढी असे आणि फर्स्ट क्लासचे प्रवासी नेहमीच आपल्या बाटल्या लपवण्यासाठी हाताजवळची जागा शोधून ठेवत असत. राष्ट्रपती आले रे आले की बाटल्या गायब!

''हॅलो, हाऊ आर यू?'' अशा प्रकारे सलगीने विचारपूस केली जाईल, हे साऱ्यांना माहिती असे आणि तरीही तसे एकदा होऊन गेले की मग प्रवासाचा उर्वरित भाग फेसाळत्या पेयांची ग्लासे हातात घेऊन चांगला जावा, असेही सर्वांना वाटत असे.

कलाम प्रत्येकाशीच किमान एखाद दुसरा शब्द तरी बोलत असत. त्यांमध्ये प्रेसचे लोक असत. कलामांशी बातचीत झाल्यावर खाण्यापिण्याची चंगळ उपभोगायला ते पथक तयार असे. आपल्या दोन खासगी सेक्रेटरींसह आणि मदतनीसांसह कलाम आपल्या केबिनमध्ये परत येत असत. त्यानंतर आम्ही ज्या परदेशात निघालेले असू, तिथे उतरल्यानंतर त्यांना जे

भाषण करायचे असे, त्यावर ते अंतिम हात फिरवत. खरे तर काहीही कारण नसताना आलेले आणि केवळ राष्ट्रपतींच्या सौजन्यामुळे तिथे असलेले राष्ट्रपतींचे काही पाहुणे त्यावेळी राष्ट्रपतींच्या टिममधील काही जणांविरुद्ध त्यांचे कान भरण्याचे काम करत असत, असे मला सबळ कारणापोटी नक्कीच वाटते. अनेकदा प्रयत्न करूनही ते प्रयत्न सफल होत नसत. कारण कलामांकडे सत्य गोष्टींविषयीची विलक्षण संवेदनक्षमता होती तशीच कोणीही काहीही बोलले तरी दुर्लक्ष करण्याची क्षमताही त्यांच्याकडे होती. ते हलक्या कानाचे नव्हते, त्यामुळे त्यांना आपल्याला हव्या त्या प्रकारे कसेही वळवता येत नसे.

विमानाचे उड्डाण आणि विमान धावपट्टीवर उतरणे या दोन्ही गोष्टी वेळापत्रकानुसार पार पडत. या दोहों मधल्या काळात अशा प्रकारचे स्वारस्यपूर्ण भाग रंगत असत. भारतात परत येण्याच्या प्रवासात मात्र कलामांच्या व्यक्तीमत्त्वामधील शिक्षक उफाळून बाहेर येत असे आणि ते सर्वांनाच या दौऱ्याच्या दरम्यान त्यांना काय वाटले आणि कोणते अनुभव आले ते एक – दोन पानांत लिहून काढायला सांगत असत. त्यावेळी त्यांच्यासमवेत गेलेले मंत्री आणि खासदार यांचाही अपवाद केला जात नसे. परंतु कोणीही त्याविषयी तक्रार करत नसे किंवा कुरकुरतही नसे. कलामांकडे प्रत्येकाचे मन वळवण्याची अशी विलक्षण हातोटी आणि क्षमता होती म्हणून एका समान हेतूसाठी काम करणारी आपली टिम ते नेहमीच एकसंध ठेवू शकत.

२४

राष्ट्रपती कलामांनी केलेल्या परदेश दौऱ्यांपैकी मॉरिशसचा दौरा संस्मरणीय ठरला. म्यानमारला त्यांनी त्यानंतर भेट दिली. ही भेटसुद्धा खूपच लाभदायक ठरली. कारण त्याआधीच्या काही वर्षांत शेजारी देशांशी फारशा आंतरक्रिया घडलेल्या नव्हत्या. ११ मार्च २००६ रोजी संध्याकाळी चारच्या सुमारास आम्ही पोर्ट लुईस विमानतळावर उतरलो. तिथे स्वागत करण्यात आले आणि नेहमीप्रमाणे पुढचे सारे वेळापत्रक भरगच्च कार्यक्रमांनी भरलेले होते.

एका विशिष्ट कारणासाठी मी या भेटीची उत्सुकतेने वाट पहात होतो. राष्ट्रपतींची भेट ही नेहमीच्या भेटीगाठी आणि मेजवान्या यांनी पार पडली. मॉरिशसचे नागरिक आणि तेथील भारतीयांनी रस्त्याच्या दुतर्फा उभे राहून राष्ट्रपतींचे स्वागत केले. मी मात्र चंगची वाट पहात होतो. मला त्याचे संपूर्ण नाव आठवत नव्हते. परंतु जून १९७८ मध्ये मँचेस्टर युनिव्हर्सिटीमध्ये एका अभ्यासक्रमासाठी मी गेलो होते. त्यावेळी मॉरिशसहून आलेला चंगही माझ्यासमवेत शिकत होता. माझी नजर तिथे त्याचा शोध घेत होती, परंतु मला तो दिसला नाही.

तेरा मार्चला या दौऱ्यातील महत्त्वाचा प्रसंग घडला. डॉ. अहमद रशीद बीबीजान या मॉरिशसच्या उपपंतप्रधानांनी आयोजित केलेल्या दुपारच्या जेवणासाठी आम्ही गेलो होतो. यजमान उठून उभे राहिले आणि त्यांनी टेबलावर हात आपटून शांततेचे आवाहन केले. त्यांना उत्स्फूर्तपणे बोलायचे होते. त्यांच्या व्याख्यानाचा वेळापत्रकात समावेश नव्हता. मॉरिशस आणि भारत यांच्यातील पूर्वापार मैत्रीच्या संबंधांविषयी ते बोलले. संस्कृती, नीतिमूल्ये, दृष्टिकोन आणि इतर अनेक बाबींतील उभय देशांमधील साधर्म्याविषयी ते बोलले आणि नंतर ते म्हणाले, ''राष्ट्रपती डॉ. अब्दुल कमाल सर, तुम्ही अवुल पकिर जैनुलाब्दीन यांचे पुत्र आहात. तुम्ही अवुल पकिर जैनालब्दीन मुथु माराकेयर यांचे बंधु आहात. तुम्ही भारताचे राष्ट्रपती आहात आणि तुम्ही भारताचे पुत्र आहात, हे आम्हाला माहिती आहे. मात्र यापुढे तुम्ही मॉरिशसचेही पुत्र आहात.'' क्षणभराच्या शांततेनंतर तिथे काही मिनिटे टाळ्यांचा प्रचंड

कडकडाट झाला. तो एक भावनाप्रधान क्षण होता. कित्येकांचे डोळे त्यावेळी ओलावले होते. त्यांच्यात मीही एक होतो. कलाम उठून उभे राहिले आणि त्यांनी शांतपणे हात जोडून या स्वागताचा स्वीकार केला.

असाच आणखी एक प्रसंग मला आठवतो. कलाम मॉरिशसच्या युनिव्हर्सिटीत गेले. तेथील प्राध्यापकांना भेटल्यानंतर त्यांचे विद्यार्थ्यांसमोर भाषण झाले. त्यानंतर त्यांच्या नेहमीच्या सवयीप्रमाणे त्यांना विद्यार्थ्यांशी थेट संवाद साधायचा होता. सभागृहात सुमारे तीनशे विद्यार्थी होते. कलामांनी भाषण संपवल्यावर विद्यार्थ्यांना काही प्रश्न विचारावयाचे आहेत का असे विचारण्यात आले. थोडा वेळ शांतता पसरली आणि नंतर एक विद्यार्थी उठून उभा राहिला. ''मि. राष्ट्राध्यक्ष,'' तो म्हणाला. ''आईन्स्टाईनच्या खडतर बालपणाविषयी तुम्ही आताच बोललात. मग त्याच्या महान आणि कीर्तिमान जीवनमार्गाच्या आड त्याचं हे बालपण कसं काय आलं नाही? आणि दुसरं म्हणजे तुमचं बालपण कसं होतं?''

कलामांनी स्मित केले आणि ते म्हणाले, ''माझ्या बालपणी मलाही काहीशा खडतर कालखंडातून जावं लागलं, हे तुम्हाला माहितीच आहे. मला पहाटे पाचच्या सुमारास उठावं लागत असे आणि मदरशात जावं लागत असे. तिथून परतल्यावर झटपट माझा गृहपाठ करून मी बाहेर पडत असे आणि सायकलवरून घरोघर पेपर टाकत असे. नंतर मी शाळेत जात असे. दुपारी परत आल्यानंतर सकाळी टाकलेल्या पेपरचे पैसे मी सायकलवरून बाहेर पडून गोळा करत असे. त्यावेळी आमच्या खेड्यात लाईट नव्हती. मला संध्याकाळीच अभ्यास करावा लागत असे. माझी आई माझ्याशी खूपच चांगली वागत असे. ती इतरांना देत असलेल्या रॉकेलपेक्षा मला थोडे अधिक रॉकेल देत असे. (त्यांनी आपल्या अंगठ्याला तर्जनी टेकवून बोटाचा सुमारे दीड इंच अधिक भाग दाखवून हे अधिक रॉकेल म्हणजे केवढे ते दाखवले.) त्यामुळे रात्री उशीरापर्यंत मी अभ्यास करू शकत असे. परंतु दुसऱ्या दिवशी आपल्याला पहाटेच उठायचं आहे, हे मात्र माझ्या लक्षात असे.'' तिथले वातावरण सुन्न झाले होते आणि सर्वत्र शांतता पसरली होती. मी सभोवताली पाहिले. विद्यार्थी हेलावले होते. तो एक भावनेने ओथंबलेला क्षण होता. काहींचे चेहरे अगदीच रडवेले झाले होते आणि तिथेच, कलाम उभे होते. त्यांच्या चेहऱ्यावर मात्र अद्यापही पूर्वीचेच स्मित होते आणि ते पुढच्या प्रश्नाची वाट पहात होते.

२५

ऑक्टोबर २००६ मध्ये युरोपियन युनियनच्या संसदीय शिष्टमंडळाने कलामांची भेट घेतली. जोसेफ बोरेल फाँटेलिस या त्यांच्या अध्यक्षाच्या नेतृत्त्वाखाली शिष्टमंडळ आले होते. कलामांशी चर्चा झाल्यानंतर अध्यक्ष बोरेल यांनी युरोपियन युनियनच्या संसदेसमोर बोलण्याचे कलामांना आमंत्रण दिले.

कलामांनी त्या आमंत्रणाचा स्वीकार केला. जानेवारी २००७ च्या सुमारास कलामांनी ही भेट द्यावी अशी त्यांची इच्छा होती. परंतु कलामांचे वेळापत्रक भरगच्च होते आणि त्यामुळे त्या दरम्यान त्यांना भेट देणे कठीण होते. फिरत्या अध्यक्षपदामुळे वर्षअखेरीपर्यंत बोरेल यांना अध्यक्षपद सोडावे लागणार होते. मात्र त्यावेळी हॅन्स गर्ट पॉटरिंग या आपल्या पुढच्या अध्यक्षांना त्यांनी कलामांना दिलेल्या आमंत्रणाचा निरोप दिला होता.

२७ देशांनी बनलेल्या युरोपियन संसदेसमोर बोलण्यासाठी कलामांना २५ एप्रिल २००७ रोजी बोलावण्यात आले. त्यांना बोलण्यासाठी २५ मिनिटे देण्यात आली.

युरोपियन संसदेसमोर प्रथमच एकभारतीय राष्ट्रपती बोलणार होते. तो एक लक्षणीय प्रसंग होता. त्यामुळे व्याख्यानासाठी दिली गेलेली वेळ वाढवून आम्हाला तो प्रसंग बिघडवायचा नव्हता. आपण सतत करत असलेल्या आठवणीमुळे कलामांना आपली चीड येईल, असे वाटत असतानाही तो धोका पत्करूनही मी त्यांना भाषण वेळेवरच संपवण्याची शक्य तितक्या वेळा आठवण करून देत राहिलो. २५ ऐवजी २६ मिनिटांच्या भाषणामुळे त्यांना किंवा देशालाही प्रशंसा प्राप्त होणार नव्हती किंवा कोणाच्याही कीर्तीत भर पडणार नव्हती. परराष्ट्र सचिव शिव शंकर मेनन यांनीही त्यांना तीच गोष्ट सांगितली. परराष्ट्र खात्यातील (पश्चिम) सचिव नलिन सुरी यांनी राष्ट्रपतींना तोच सल्ला दिला. कलामांनी सर्वांचे सल्ले शांतपणे ऐकून घेतले होते.

आम्ही परदेश दौऱ्यावर जाण्याआधी दोन दिवस युरोपियन संसदेसमोर ते करणार असलेल्या भाषणाचा मसुदा माझ्याकडे आला. तब्बल २९ पानी मसुदा होता! मी ताठरलो.

२५ मिनिटांत ते २९ पानी भाषण कसे काय वाचू शकणार होते? मी त्यांच्याकडे गेलो आणि त्यांना वेळेच्या मर्यादेची आठवण करून दिली आणि दिलेल्या वेळेत एवढे मोठे भाषण कसे काय बसू शकेल याविषयी त्यांच्याशी बोललो. "ठीक आहे, ठीक आहे. मी ते संपादित करतो. काळजी करू नका. मी वेळ नक्कीच पाळेन," ते म्हणाले. अशा प्रकारे त्यांच्या आश्वासनाने काहीसा आश्वस्त होत मी बाहेर पडलो. परंतु माझ्या मनात तरीही त्याविषयी साशंकता होतीच.

त्यांच्या भाषणाचा दिवस आला. फ्रान्समधील स्ट्रासबर्ग येथील युरोपियन संसदेच्या सभागृहात भाषण होणार होते. सभागृह गच्च भरले होते. या भाषणाच्या थेट प्रसारणासाठी दूरदर्शन अखेरची जुळवाजुळव करत होते. एनडी टीव्हीही आपल्या लिंक्स तपासून पहात होते. माझे सहकारी आणि मी पाहुण्यांच्या गॅलरीत बसलो होतो. सर्वत्र अपेक्षा आणि त्यामुळे निर्माण झालेली एक प्रकारची हुरहुर पसरली होती.

वेळापत्रकानुसार सुरुवातीची दहा मिनिटे पॉटरिंग यांच्यासमवेत राष्ट्रपती कलाम यांची मीटिंग झाली आणि नंतर त्यांनी सभागृहात प्रवेश केला. सुमारे दीड मिनिटात त्यांची ओळख करून देण्यात आली आणि नंतर राष्ट्रपतींनी बोलण्यास सुरुवात केली. मिनिटा-मिनिटांनी काळ पुढे सरकू लागला. त्यांच्या भाषणाला दाद देण्यासाठी प्रेक्षकांनी दोनदा उठून जोरदार टाळ्यांचा कडकडाट केला. पंचवीस मिनिटांची वेळ संपत आली होती आणि तरीही त्यांचे काही थांबण्याचे चिन्हच दिसत नव्हते. त्यांच्या भाषणाच्या पॉवर पॉइंट स्लाईड्स अद्यापही पुढे पुढे येतच राहिल्या होत्या. मला घाम फुटण्यास सुरुवात झाली होती.

दिलेली वेळ केव्हाच संपून गेली होती...अर्धा तास, पस्तीस मिनिटे, चाळीस मिनिटे....माझ्याकडे पाहणाऱ्या प्रत्येकालाच माझी अस्वस्थता जाणवत होती. त्यानंतर माझ्या कानांवर कलामांचा आवाज आला. "मी तुमच्यासाठी एक कविता तयार केली आहे. ही कविता पृथ्वीने युरोपियन संसदेसाठी म्हटल्याची कल्पना केली आहे. ती मी इथे तुम्हाला वाचून दाखवू का?"

त्यांनी आपल्या नेहमीच्या भोळ्या शैलीत विचारले. त्यांना होकार मिळाला आणि ते वाचू लागले,

सुंदर पर्यावरणातून

सुंदर मने निर्माण होतात

सुंदर मने तयार करतात

ताजेपणा आणि सर्जनशीलता

भूमी आणि समुद्राच्या शोधकांना निर्माण केले

नवकल्पना करणाऱ्या मनांना निर्माण केले

द कलाम इफेक्ट

महान वैज्ञानिकांना निर्माण केले

सर्वत्र निर्मिती केली, का ?

कित्येक शोधांना जन्म दिला

खंड आणि अज्ञात प्रदेश शोधले

न मळलेल्या वाटांवर साहस केले

नवीन महामार्ग शोधले

उत्तम लोकांच्या मनात

सर्वाधिक वाईटही जन्मले

युद्धबीजे आणि विद्वेष जन्मले

युद्धे आणि रक्तपाताची शेकडो वर्षे

माझी लाखो विलक्षण मुले

भूमी आणि समुद्रात गमावली

कित्येक राष्ट्रांत अश्रूंचा महापूर आला

समुद्राच्या दुःखात कित्येक जण गुरफटले

नंतर, नंतर युरोपियन संघाचा दृष्टिकोन उदयास आला

शपथ घेतली गेली

मानवी ज्ञानाचा उपयोग आमच्या आणि

इतरांच्याही विरोधात कधीच करायचा नाही.

त्यांच्या विचारांच्या संयोगातून

कृती केल्या गेल्या

युरोपला समृद्ध आणि शांतिपूर्ण बनवण्यासाठी

युरोपियन संघाचा जन्म झाला

ही आनंदवार्ता सर्वत्र पसरली

माझ्या आकाशगंगेतील ग्रहावरच्या लोकांमध्ये

हे! युरोपियन संघा, तुझ्या मोहिमा

सर्वत्र पसरू देत

आम्ही श्वास घेत असलेल्या हवेप्रमाणे त्यांनी भाषण संपवले आणि पुन्हा एकदा सर्व सदस्य उठून उभे राहिले आणि त्यांनी प्रचंड टाळ्यांच्या कडकडाटात उत्साहात त्यांच्या या कवितेचे स्वागत केले. ४५ मिनिटे निघून गेली होती. कलामांनी अखेरीस शब्द उच्चारले, ''ईश्वर तुमचं भलें करो!'' आणि ते खाली बसले. मी अखेर सुटकेचा निःश्वास सोडला. माझी मती कुंठीत झाली होती आणि एक भारतीय म्हणून त्यांच्याविषयीचा अभिमानही माझ्या मनात दाटून आला होता. अध्यक्ष पॉटरिंग कलामांचे आभार मानण्यासाठी उठले. ''आम्ही अशा प्रकारचे भाषण याआधी कधीच ऐकले नव्हते. आभारी आहोत, मि. राष्ट्रपती!'' त्यांच्या भाषणाचा हा सारांश होता. त्यानंतर दुपारच्या जेवणाचा औपचारिक समारंभ झाला. कलामांच्या सन्मानार्थ ते जेवण होते. पूर्णपणे शाकाहारी! तो फक्त कलामांचाच दिवस होता. त्यानंतर त्या दिवशी उशीरा आम्ही एकमेकांसमोर आल्यानंतर मी कलामांना विचारले, ''सर, तुम्हाला २५ मिनिटांचा कालावधी देण्यात आला होता. तुम्ही तो एवढा कसा काय वाढवला? मला तर काळजीच वाटत होती.'' कलामांनी आपुलकीने स्मित केले आणि म्हणाले, ''मी काय केलं ते तुम्हाला माहिती आहे. आमच्या सुरुवातीच्या मीटिंगमध्ये त्यांच्या अध्यक्षांना मी सांगितले, की तुम्ही मला फक्त २५ मिनिटंच दिली आहेत. परंतु मी तर तुमच्यासाठी एक कविता तयार केली आहे आणि त्यामुळे कदाचित मला आणखी वेळाची गरज भासू शकेल आणि त्यावर ते म्हणाले, ''ठीक आहे. तुम्ही बोला. तुम्ही माझ्या भाषणाचा वेळही वापरा.''

सन २००५ मध्ये जोहान्सबर्ग येथे पॅन-आफ्रिकन संसदेच्या बैठकीतही याच प्रसंगाची आठवण मला झाली होती. त्यावेळीही अगदी अशीच परिस्थिती होती. मात्र त्यावेळी कलामांचे पूर्वनियोजित भाषण नव्हते. परंतु कलाम मला म्हणाले, ''तुम्ही मला संसदेत सोडा आणि नंतर बाकीचं सारं काही माझ्यावरच सोपवा.'' आणि पॅन आफ्रिकन संसदेला त्यांची ओळख करून दिल्यावर संसदेच्या अध्यक्षांनी कलामांना बोलण्यास सांगितले. भारताच्या साहाय्याने आणि तज्ज्ञतेखाली पॅन आफ्रिकन ई-नेटवर्क तयार करण्याच्या आपल्या योजना कलामांनी तिथे मांडल्या. माहिती तंत्रज्ञानाच्या क्षेत्रातील भारताच्या तज्ज्ञतेचे प्रदर्शन करणाऱ्या या प्रकल्पाद्वारे आफ्रिकेतील ५३ देशांत दूरस्थ शिक्षण, दूरस्थ औषध आणि ई-संलग्नता याविषयीच्या सुविधा पुरवल्या जाणार आहेत आणि हे सगळे केवळ छोट्याशा परंतु उत्तम प्रकारे विचार केल्या गेलेल्या पॅन आफ्रिकन संसदेत केल्या गेलेल्या छोट्याशा भाषणामुळे!

कलाम यांचा द. आफ्रिकेचा दौराही नेहमीप्रमाणेच भरगच्च कार्यक्रमांचा होता. पॅन आफ्रिकन संसदेतील भाषणाव्यतिरिक्त म. गांधी यांच्या ऐतिहासिक प्रवासाची उजळणी करणाऱ्या खास ट्रेनमधून त्यांनी पीटरमॅरिट्झबर्ग येथे केलेला प्रवास ही आणखी एक संस्मरणीय गोष्ट होती.

७ जून १८९३ रोजी दर्बन स्थानकावरून हा प्रवास सुरू झाला होता. या प्रवासामुळेच म. गांधींचे अवघे जीवन बदलून गेले होते. प्रिटोरियाला जाण्यासाठी ते तिथे ट्रेनमध्ये चढले होते. तिथे एका न्यायालयीन खटल्याच्या संदर्भात ते काही लोकांना भेटणार होते. त्यांच्यासाठी फर्स्ट क्लासमध्ये सीट आरक्षित करण्यात आली होती. रात्री नऊ वाजता ट्रेन पीटरमॉरिट्झबर्ग येथे पोहचली. त्यावेळी कंपार्टमेंटमध्ये चढलेल्या गोऱ्या व्यक्तीने ही काळ्या वर्णाची व्यक्ती फर्स्ट क्लासमध्ये बसलेली पाहिली आणि त्याच्या संतापाला पारावर उरला नाही. तो तडक खाली उतरून गेला आणि दोघा अधिकाऱ्यांना घेऊन परतला. त्यांनी गांधीजींना त्या कंपार्टमेंटमधून उतरण्यास सांगितले. एका कॉन्स्टेबललाही तिथे बोलावण्यात आले. त्याने गांधीजींना हाताला धरून धक्का मारून ट्रेनमधून प्लॅटफॉर्मवर ढकलून दिले. त्यांचे सामानही त्याने फेकून दिले आणि ट्रेन तशीच पुढे निघून गेली.

गांधीजींनी प्रतीक्षा कक्षात एक रात्र काढली. ते हिवाळ्याचे दिवस होते आणि हवा कमालीची थंड होती. त्यांच्या सामानात ओव्हरकोटही होता. परंतु आपण बसलेल्या ठिकाणीच त्यांनी ठेवला होता आणि तो नंतर रेल्वे अधिकाऱ्यांच्या ताब्यात होता. आपला आणखी पाणउतारा होऊ नये, या भीतीपोटी गांधीजींनी त्याची मागणी केली नाही. गांधीजींनी भारतात परतण्याचा विचार केला होता, परंतु हा भ्याडपणा ठरेल, असा विचार त्यांच्या मनात आला. त्यांनी तिथेच राहून वर्णद्वेषाविरुद्ध लढा देण्याचा निर्णय घेतला. ''माझ्या सक्रिय अहिंसेला त्या दिवसापासूनच सुरुवात झाली,'' असे यानंतर या प्रसंगाची आठवण झाल्यावर गांधीजी म्हणत असत.

पीटरमॉरिट्झबर्ग स्थानकावर प्रतीक्षा कक्षात नक्षीदार पट्ट्या बसवण्यात आल्या आहेत. गांधीजींना नेमके कोणत्या जागी रेल्वे स्थानकावर ढकलून देण्यात आले होते, ती जागा माहिती नाही. तरीही ते प्रवास करत असलेल्या ट्रेनच्या लांबीचा आणि ट्रेन कुठे थांबली असेल याचा अंदाज बांधून ग्रॅनाईटचा स्तंभ उभारण्यात आला आहे. त्यावरून सर्वसाधारणपणे त्या जागेचा अंदाज येतो. या स्थानकाला अनेक लोक यामुळे भेट देतात आणि त्यामुळेच हे आता जवळजवळ पर्यटनस्थळच बनले आहे.कलामही असेच एक पर्यटक होते.

नेल्सन मंडेला यांच्या घरी कलामांनी त्यांची भेट घेतली. तो प्रसंगही असाच चिरस्मरणीय ठरला. मंडेलांची प्रकृती त्यावेळी ठीक नव्हती आणि त्यांना भेटण्यासाठी जमलेल्या लोकांपर्यंत त्यांना नेण्यासाठी कलामांनी मदत केली होती. या पुस्तकात मी दिलेला फोटो याविषयी बरेच काही सांगून जातो. कलामांच्या राष्ट्रपतिपदाच्या कालखंडातील तो एक सर्वाधिक मौल्यवान क्षण होता; असे मला वाटते, कारण कलामांना प्रिय असलेली मूल्ये आणि कल्पना यांच्यासाठीच मंडेलांनी आयुष्य वेचले होते. त्यांच्या भेटीच्या वेळी तिथे उपस्थित असल्याबद्दल मी स्वतःला भाग्यवान समजतो.

२६

न्या. वाय. एस. साबरवाल यांचा भारताचे नूतन सरन्यायाधीश म्हणून शपथग्रहण समारंभ होणार होता. दरबार हॉलमध्ये हा समारंभ होणार होता. समारंभाला पाचशेहून अधिक लोक उपस्थित होते. सरन्यायाधीश एकटेच, प्रेक्षक आणि राष्ट्रपतींचे व्यासपीठ यांच्या मध्यभागी असलेल्या खुर्चीत बसणार होते. कार्यक्रमाचा प्रारंभ झाल्याचे दर्शवणारा तुताऱ्यांचा निनाद, आणि राष्ट्रगीत झाल्यानंतर राष्ट्रपतींचा सचिव म्हणून, सरन्यायाधीशांचे नाव जाहीर करण्याचा अधिकार माझा होता. पाहुणे आले. न्या. साबरवाल आपल्या खास खुर्चीवर बसले होते आणि माझे सहकारी आणि मी राष्ट्रपतींच्या आगमनाची वार्ता देणाऱ्या तुताऱ्यांच्या निनादाची वाट पहात होतो. आता काही मिनिटांचाच कालावधी उरला होता. मी न्या. साबरवाल यांच्याकडे गेलो आणि त्यांचे अभिनंदन केले. माझ्या अभिनंदनाबद्दल माझे आभार मानून त्यांनी मला सांगितले, की फारुकने माझ्याविषयी त्यांना आधीच सांगितले होते. एम. ओ. एच. फारुक सध्या (पुस्तक लिहिलेल्या वेळी) भारताचे सौदी अरेबियाचे राजदूत आहेत. ते आणि न्या. साबरवाल मित्र होते. सध्या पुडुचेरी असे नामकरण झालेल्या पाँडिचेरीचे फारुक मुख्यमंत्री होते, त्यावेळी मी त्यांच्या हाताखाली राज्य सरकारचा मुख्य सचिव म्हणून काम केले होते. न्या. साबरवाल यांनी माझ्याकडे पाहिले आणि विचारले, ''आता राष्ट्रपतींच्यासमवेत काम करण्याचा अनुभव कसा आहे?''

''खूपच छान, सर!'' मी म्हणालो. ''कारण मी त्यांना एखाद्या गोष्टीसाठी 'नाही' म्हणू शकतो.'' न्या. साबरवाल यांनी माझ्याकडे संशयाने पाहिले आणि थोडा वेळ ते तसेच थांबले. ''सर, सध्याच्या फक्त 'येस सर'च्या दिवसांत आपल्याला असे राष्ट्रपती लाभले आहेत, की त्यांच्या म्हणण्याला 'नाही' म्हटलेले ते मान्य करतात. फक्त मी 'नाही' का म्हणतो आहे, त्यामागचा तर्क आणि कारण त्यांना पद्धतशीरपणे सांगावं लागतं. तो त्यांच्यातील शास्त्रज्ञ आहे आणि एका मर्यादेपर्यंतच माझ्या नकाराची कारणं मी त्यांना देतो. ते खूपच सहनशील आणि तल्लख बुद्धिमत्तेचे आहेत, त्यामुळे ते कधीच प्रौढी मिरवत नाहीत.''

तेवढ्यात तुताऱ्या वाजल्या आणि संपूर्ण कार्यक्रम पार पाडला. त्यानंतर चहाचा

कार्यक्रमही झाला. कार्यक्रमानंतर मी पुन्हा माझ्या खोलीत आलो आणि नेहमीप्रमाणे आपल्या दैनंदिन कामकाजाला सुरुवात करण्याऐवजी आमच्या कार्यक्रमाआधी झालेल्या संभाषणातील वाक्ये माझ्या मनात घोळू लागली. काही दिवसांपूर्वीच घडलेल्या घटनेचे पडसाद त्यावेळी माझ्या मनात उमटले.

ज्या गोष्टींविषयी त्यांना शंका असे, त्याविषयी कलाम कायदेपंडितांशी चर्चा करत असत किंवा काही वेळा आम्ही दिलेला सल्ला त्यांना पुन्हा एकदा तपासून पहावे असे वाटत असे, त्यावेळीही ते त्यांच्याशी बोलत असत.

त्यांच्या राष्ट्रपतिपदाच्या कालावधीत त्यांच्याकडे येणाऱ्या दयेच्या अर्जांची संख्या बऱ्यापैकी असे. ज्यांना मृत्युदंड दिला गेलेला असे आणि सर्वोच्च न्यायालयाने त्यांच्या याचिका फेटाळलेल्या असत त्यांचे अर्ज राष्ट्रपतींकडे येत. कलाम नेहमीच म्हणत असत, की ते कोणालाही जीवन देऊ शकत नसल्यामुळे त्यांना कोणाचेही जीवन काढून घेण्याचा हुकूम द्यावा असे वाटत नसे. त्यांच्या या दृष्टिकोनाचे मी मात्र जोरदार खंडन करत असे. ते कसे काय माफ करू शकतील, असे मी त्यांना विचारत असे. उदाहरणार्थ, एकाने थंड डोक्याने कुटुंबातील सतरा जणांचे खून केले होते आणि त्यामध्ये चार ते सहा वर्षांच्या तीन मुलांचा समावेश होता. ते नेहमीच असे म्हणत, की त्यांना शिक्षा करण्यासाठी देव किंवा अल्ला वर बसलेला आहे. ज्या लोकांना आपण गुन्हेगार म्हणतो, त्यांना चांगले मानव बनवण्यासाठी आपण त्यांच्यात परिवर्तन घडवून आणलं पाहिजे. आमच्या या वादातून काहीच निष्पन्न होत नसे. त्यांनी आपली 'परंपरा' तशीच राखली होती. म्हणूनच त्यांच्या कारकिर्दीत बरेच दयेचे अर्ज तसेच पडून राहिले होते आणि त्यांच्यावर निर्णय आगामी राष्ट्रपतींना घ्यायला लागणार होता म्हणून हे प्रमाण प्रत्येक राष्ट्रपतीच्याच कारकिर्दीत बऱ्यापैकी वाढत असे.दरम्यानच्या काळात, ते या फाशीच्या शिक्षेविषयी माजी सरन्यायाधीशांसह काही कायदेतज्ज्ञांचे सल्ले घेत रहात. मला असाच एक प्रसंग आठवतो. कलाम एका प्रसिद्ध कायदेतज्ज्ञासह बसले होते. फाशीच्या शिक्षेविषयी ती शिक्षा का द्यावी आणि का देऊ नये याविषयीच्या मुद्द्यांवर ते चर्चा करत होते. मी शेजारच्याच खोलीत होतो, कारण मलाही त्यावेळी बोलावले जाण्याची शक्यता आहे, असे सांगितले गेले होते. संभाषण सुरू झाल्यानंतर पंधराच मिनिटांनी एडीसीने येऊन मला सांगितले, की सर, तुम्हाला बोलावलं आहे. मी आत गेलो. राष्ट्रपती आणि त्यांचे पाहुणे सोफ्यावर बसले होते. मी त्यांच्या समोरच बसलो. पाहुणे म्हणाले, ''मि. नायर, आम्ही फाशीच्या शिक्षेविषयी बोलत होतो. सन्माननीय राष्ट्रपतींचे याविषयीचे दृष्टिकोन अगदी स्पष्ट आहेत आणि तुम्हालाही ते माहिती आहेत. मी त्याविषयी त्यांच्याशी सहमत आहे. तुमचं काय म्हणणं आहे?''

मी राष्ट्रपतींकडे पाहिले. कलामांना मी काय बोलणार आहे ते माहिती होते. त्यांनी स्मित केले. ''मी बोलू का सर?'' मी विचारले. त्यांनी मान डोलावली. मी आदरपूर्वक बोललो, परंतु मी त्यांच्याशी पूर्ण असहमती दर्शवली. कायदेतज्ज्ञ आश्चर्यचकीत झाले. संभाषण संपले आणि मी पाहुण्यांसमवेत बाहेर पडलो. त्यांची कार नॉर्थ कोर्टजवळ आली होती आणि

तिचा दरवाजा उघडला गेला होता. त्यांनी माझ्याकडे पाहिले आणि ते म्हणाले, ''भारताच्या राष्ट्रपतींसमवेत तुम्ही अशा प्रकारे बोलता का?''

''होय, सर,'' मी म्हणालो. ''तेच त्यांचं आणि माझंही सामर्थ्य आहे.'' ते गाडीत बसले आणि कार वेगाने निघून गेली. अगदी सरकारी अधिकाऱ्यालासुद्धा भाषणस्वातंत्र्य आहेच की!

२७

वयाच्या सत्तराव्या वर्षी कलाम राष्ट्रपती बनले. परंतु वयाचा त्यांच्यावर फारसा परिणाम झालेला नव्हता. त्यांचा दुर्दम्य आशावाद, ठाम निश्चय आणि हेतू प्रत्यक्षात उतरवण्याची चिकाटी यांमुळे त्यांच्यात तारुण्याचा जोम टिकून राहिला होता. त्यांची ही ताकद एवढी मोठी होती, की त्यांच्याहून वयाने खूपच लहान असणाऱ्या व्यक्तींनाही त्यांच्याएवढ्या उत्साहाने काम करणे कठीण वाटत असे. केरळला ते एकदा दौऱ्यावर गेले होते, त्यावेळी त्यांची जी निष्ठा आणि निश्चय मी पाहिला होता, तो मला आठवतो. तेथील तिसरा कार्यक्रम पार पडल्यावर तेथील राज्यपाल मला म्हणाले, ''मि. नायर, मी आता घरी जातो. मला त्यांच्या वेगाने काम करणं शक्य होत नाही.'' त्या दिवशी कलामांना आणखी पंधरा..तब्बल पंधरा कार्यक्रम पार पाडायचे होते आणि त्यांनी ते सर्व कार्यक्रम पार पाडले आणि दुसऱ्या दिवशीच्या त्याहूनही अधिक कठीण वेळापत्रकाची तयारीही केली.

आधीच्या राष्ट्रपतींनी न केलेल्या अनेक गोष्टी राष्ट्रपती पदावर असताना त्यांनी प्रथम केल्या. जगातील सर्वाधिक उंचावरचे युद्धक्षेत्र मानल्या गेलेल्या सियाचेनला त्यांनी भेट दिली. त्या बर्फाळ आणि भयावह भागात कित्येकदा तापमान शून्याच्याही खाली घसरते. एवढ्या उंचीवर श्वासोच्छवास करतानाही त्रास होऊ लागतो. आयएनएस सिंधुरक्षक एस६३ या पाणबुडीवर विशाखापट्टणम येथे त्यांनी पार पाडलेली धाडसी मोहीम आणि नंतर सुपरसोनिक एसयू-३० या लढाऊ विमानातून त्यांनी केलेले उड्डाण ही याची काही उदाहरणे होत. उड्डाणाची ते तयारी करत असताना माझ्या कार्यालयात बसून टीव्हीवर मी ती पहात होतो. त्यावेळी मी खरोखरच हैराण आणि निराश झालो होतो. कदाचित मी अकारणच तसा निराश झालो असेन; कारण पायलट बनणे ही त्यांची एक महत्त्वाकांक्षा होती. हे उड्डाण ८ जून २००६ रोजी झाले. चाळीस मिनिटांच्या त्या उड्डाणात विमान ७.५ किलोमीटर उंचीवर गेले होते आणि त्यावेळी ते सुपरसोनीक गतीने उडत होते. कलामांनी सुमारे पंधरा मिनिटे विमान चालवले होते. पुण्याजवळच्या लोहगाव या वायुदलाच्या तळावरून कलामांनी उड्डाण केले होते. लढाऊ विमान चालवण्याचे अनेक वर्षे पाहिलेले आपले स्वप्न असे आकाराला

आल्याबद्दल त्यांनी आनंदही व्यक्त केला. ''मी समाधानी व्यक्ती आहे. माझे बालपणीचे स्वप्न आज प्रत्यक्षात उतरले.'' असे त्यांनी म्हटले होते. अचानक हल्ला करणाऱ्या लढाऊ विमानाविषयी त्याआधी त्यांना थोडक्यात माहिती देण्यात आली होती. शिवाय कॉकपीटचा आराखडाही दाखवण्यात आला होता. विमानाने उड्डाण केल्यानंतर त्यांना हाताळाव्या लागणाऱ्या विविध स्विचविषयी त्यांना माहिती व्हावी, हा त्यामागचा उद्देश होता. सौम्य डावपेचाच्या हालचाली करणे, हवेतून हवेत मारा करणे आणि हवेतून जमिनीवर हल्ले करणे या गोष्टी अशा प्रकारच्या विमानांच्या साहाय्याने केल्या जातात.

दोन एप्रिल २००४ रोजी कलामांनी सियाचेनच्या हिमनदीला ऐतिहासिक भेट दिली. नेहमीप्रमाणे तेव्हाही अशीच कार्यक्रमांची रेलचेल होती. तेथील तळ सुमारे १८ हजार फूट उंचीवर होता. तिथे त्यांचे आगमन झाल्यावर त्यांनी अधिकारी आणि जवान यांच्यासमोर भाषण केले. देशाच्या संरक्षणासाठी ते करत असलेल्या अतुलनीय कामगिरीबद्दल त्यांनी त्यांचे कौतुक केले.

हिमनदीच्या नाजुक पर्यावरणाला असलेल्या धोक्याबद्दलचा इशाराही त्यांनी दिला. ते एवढ्या उंचावर गेले होते ही गोष्ट अत्यंत लक्षणीय होती हे अगदी स्पष्ट दिसत होते. एवढ्या विरळ हवामानाशी जुळवून घेण्यासाठी आपल्याला खरे तर तयारी करावी लागते.

राष्ट्रपती हे सैन्याचे सर्वोच्च अधिकारी असतात. त्यामुळे आपले सैनिक कोणत्या वातावरणात काम करतात, हे त्यांनी माहिती करून घेणे ही गोष्ट अगदी योग्यच होती. आधीच्या राष्ट्रपतींनी न केलेल्या कित्येक गोष्टी त्यांनी प्रथमच राष्ट्रपती म्हणून केल्या होत्या. त्यांनी देशांतर्गत १६३ दौरे केले आणि ७ परदेश दौरे केले. या दौऱ्यांची संख्या तर थक्क करणारी आहेच; परंतु त्या दौऱ्यांची तीव्रताही तेवढीच थक्क करणारी आहे. ईशान्येकडच्या राज्यांना त्यांनी दिलेल्या भेटींवरून माझा हा मुद्दा अधिक स्पष्ट होतो. दुर्दैवाने, "DONER - म्हणजे ईशान्य भागाच्या विकासाचा विभाग असूनही ईशान्य भाग दुर्लक्षितच राहिला आहे. दिल्लीच्या अधिकाऱ्याला तिकडे पाठवले जात नाही. तिथे त्याला जवळजवळ वाळीत टाकले जाते. संरक्षण खात्यात अतिरिक्त सचिव म्हणून मी आरामशीरपणे काम करत असताना अरुणाचल प्रदेशच्या राज्यपालांचा मुख्य सचिव म्हणून माझी बदली झाली. मी तिकडे गेलो आणि सर्वांनीच तसे केल्याबद्दल माझी मूर्खात संभावना केली. त्यांच्याइतकी विद्वत्ता कदाचित माझ्याकडे नसेलही; परंतु त्या भागातील बदलीला नकार देण्याएवढा 'मूर्ख' ही मी नव्हतो.

त्यामुळेच ईशान्य भागाला शक्य तेवढ्या वेळा भेटी देण्याचा सल्ला मी कलामांना दिला होता. त्यांनी त्याहूनही अधिक वेळा भेटी दिल्या. अंतर्गत आणि ग्रामीण भागात जाण्याचा आग्रह ते धरत आणि तिथे सुरू असलेली विकासकामे त्यांना पहायची असत. त्यांनी राजधान्या आणि राजभवन एवढ्यांपुरतेच स्वतःला मर्यादित ठेवले नव्हते. अति महत्त्वाच्या

व्यक्तींच्या नेहमीच्या भेटींहून त्यांच्या भेटी भिन्न असत आणि ते खरोखरच तेथील लोकांच्या भेटीसाठीच तिथे गेलेले असत.

२८

ऑफिस ऑफ प्रॉफीट बिल (ओओपीएस) वरचे हे संपूर्ण प्रकरण आहे. खरे तर हा विषय तसा निसरडा आहे. त्यामुळे हा विषय शक्यतो टाळण्याजोगाच असल्याचे मत अनेकांनी व्यक्त केले होते. त्यांचे दृष्टिकोन त्यांच्याजवळ असू देत आणि माझा माझ्याकडे!

संसद सदस्या जया बच्चन यांना अपात्र ठरवावे अशी एक तक्रार करण्यात आली आणि त्यानंतर त्यावर निकाल देण्यात आला. त्या ऑफिस ऑफ प्रॉफिट मध्ये अडकल्या होत्या आणि त्यामुळे कलम १०२ अंतर्गत त्यांनी अपात्रता ओढवून घेली होती आणि त्यातूनच मग चर्चेला उधाण आले होते. लवकरच अशा प्रकारच्या खासदारांबद्दलच्या कित्येक तक्रारींचा महापूर आला. कलम १०३ अंतर्गत राष्ट्रपतींनी या सर्व तक्रारी अभिप्रायार्थ भारताच्या निवडणूक आयोगाकडे पाठवून दिल्या.

अभिप्रायानुसार, त्यांनी या तक्रारींवर कडक कारवाई करण्याची आवश्यकता होती. संसद ही सर्वोच्च होती. त्यांना या परिस्थितीचे गांभीर्य समजले. त्यांनी सर्वच्या सर्व ५० खासदारांविरुद्धचा अपात्रतेचा आरोप दूर करणारा कायदा केला. या कायद्याचे इतर परिणामही होते. जगातील सर्वाधिक मोठी लोकशाही असलेल्या संसदेने हा कायदा अत्यंत घाईगडबडीने करून राष्ट्रपतींकडे पाठवल्याबद्दल अनेकांनी चिंता व्यक्त केली. संसदेतील कामकाजाविषयी ते योग्य किंवा अयोग्य असल्याचा शेरा मारण्याचा अधिकार मला नसल्याबद्दल मी याविषयी मौनच बाळगेन.

या संदर्भात वैधानिकदृष्ट्या विचार करता राष्ट्रपतींची स्थिती अत्यंत स्पष्ट होती. कलम १११ नुसार, तीन पर्याय उपलब्ध होते. संमती देणे, संमती देणे राखून ठेवणे किंवा पुनर्विचारासाठी दोन्ही सभागृहांकडे विधेयक पाठवून देणे. ज्यावेळी पैशांशी संबंध नसलेले विधेयक असते, तेव्हा नंतरचे दोन पर्याय वापरता येतात. ज्या कलमान्वये राष्ट्रपतींना पुनर्विचारासाठी विधेयक परत पाठवण्याचा अधिकार मिळाला आहे, त्याच कलमान्वये संसदेलाही पुनर्विचारानंतर काही सुधारणा करून किंवा न करताही तसेच्या तसे ते विधेयक पुन्हा राष्ट्रपतींकडे पाठवण्याचा अधिकार देण्यात आला आहे. त्यानंतर मात्र राष्ट्रपती संमती देणे तहकूब ठेवू शकत नाहीत. या कलमातील शब्दरचनेनुसार अजिबात दिरंगाई न करता

राष्ट्रपतींनी संमती देणे आवश्यक असते.

या अधिकाराचा वापर करून राष्ट्रपतींनी संसदेला संदेश पाठवण्याचे ठरवले. आपला हा घटनात्मक अधिकार राष्ट्रपतींनी वापरण्याची ही पहिलीच वेळ होती आणि ती अचूक कृतीही होती. माझ्या दृष्टीने त्यांनी तसे केले नसते, तर ती चूक ठरली असती. आपण फक्त रबर स्टँप राष्ट्रपती नाही, हे त्यांनी तसे करून दाखवून दिले होते. त्यांनी दिलेला संदेश असा होता :

१. संसदीय (अपात्रता रोखणे) सुधारणा विधेयक मला २५ मे २००६ रोजी मिळाले. संसदेच्या दोन्ही सभागृहांनी ते संमत करून कलम १११ अंतर्गत माझ्याकडे संमतीसाठी पाठवले आहे.

२. संसद सदस्यांची अचूक निर्णयक्षमता आणि परिपक्व विद्वत्ता यांच्याविषयी सर्वोच्च आदर बाळगूनही काही मुद्द्यांविषयीचे मतभेद आहेत. त्यामुळे संसदेला मी नियोजित विधेयकाचा पुनर्विचार करण्याविषयी सुचवत आहे.

अ) ऑफिस ऑफ प्रॉफिट या १०२ कलमाचा नियमित अचूक अन्वयार्थ लावणे.

ब) त्यामध्ये अंतर्भूत असलेल्या घटनात्मक तत्त्वांचा विचार करणे.

३. पुनर्विचार करताना इतर बाबींप्रमाणेच खालील बाबींचा विशेष विचार केला जावा.

i) अगदी न्याय्य, योग्य आणि तर्कसुसंगत असे समोर येणारे सर्व सदस्यांना लागू होणारे, बहुव्याप्त निकष. सर्व राज्ये आणि केंद्रशासित प्रदेश येथे हे निकष स्वच्छ आणि पारदर्शी पद्धतीने लागू पडले पाहिजेत.

ii) ज्या कार्यालयांच्या कामकाजामुळे सदस्यांना अपात्र ठरवले जाते,अशा ज्या कार्यालयांना वगळण्यात येणार आहे त्यांच्या नावांसह, त्यामुळे निर्माण होणारा ध्वन्यर्थ आणि त्यांचा असलेला संबंध. तसेच कार्यक्षम अधिकाऱ्यांकडून या संदर्भातील अपात्रतेच्या कोणत्या याचिकांविषयी काय केले जात आहे आणि

iii) सुधारणा केल्यानंतर तयार होणाऱ्या कायद्याची विश्वासार्हता आणि औचित्य.

४. त्यामुळे कलम १११ अंतर्गत मी हे विधेयक या संदेशासह दोन्ही सभागृहांकडे पुनर्विचारासाठी परत पाठवत आहे.

– (सही) ए.पी.जे. अब्दुल कलाम

३० मे २००६. राज्यघटना आणि तिच्याविषयीची चांगली माहिती असणाऱ्या लोकांनी देशाला याविषयी अधिक चांगले स्पष्टीकरण दिले. ज्यांना माहिती होती त्यांच्यापैकी काहींनी याविषयी काहीच न बोलणे पसंत केले आणि इतर काही जणं, त्यांना फारसे काहीच माहिती नसतानाही बडबड करत राहिले आणि या संदर्भात संसद आणि राष्ट्रपती यांनी काय करणे आवश्यकच आहे, यावर मते प्रदर्शित करत राहिले. नेहमीच अशा बाबतींत असे घडत राहते. राष्ट्रपतींची एक वेबसाईट होती आणि तिच्यावरून ते तरुणांना आणि इतरांना शक्य तेवढ्या

वेळी आपल्या कृती, कार्यक्रम आणि संदेश यांची माहिती देत असत. ही वेबसाईट सहज ओपन करता येत असे आणि लोकांना त्यावरून चौकशी करता येत असे. तिथे पाठवलेल्या चौकशीला किंवा प्रश्नाला राष्ट्रपती २४ तासांत उत्तर देत असत. या साईटवरून लोकांनी अकारणच राष्ट्रपतींना कित्येक सूचना पाठवल्या. विधेयकावरील मान्यता राखून ठेवावी, विधेयक फेटाळावे, ते तसेच ठेवून द्यावे, संसद बरखास्त करावी आणि अगदी या विधेयकाला मान्यता देण्यापेक्षा त्यांनी राजीनामा द्यावा इथपर्यंतच्या अनेक प्रकारच्या सूचनांचा अक्षरशः या वेबसाईटवरून पाऊस कोसळत राहिला. अगदी काही व्यंग्यचित्रकारांनी तर घटनात्मक अचूकतेविषयी भराभर मतप्रदर्शन केले. परंतु त्यांची व्यंग्यचित्रे जेवढी भेसूर असत, तेवढीच ही मतेही भेसूर होती.

संसदेने विधेयकावर पुनर्विचार केला आणि त्यांना ते योग्य वाटले व त्यांनी ते पुन्हा संमत केले. त्यात कोणतीही सुधारणा केली नाही. अर्थातच राष्ट्रपतींविषयी योग्य तो आदर राखून सरकारने ह्या विधेयकाच्या संदर्भात काही सर्वसंमत प्रमाणके ठरवता येतील काय, हे पाहण्यासाठी संसदीय समितीसमोर ठेवण्याचा ठराव केला. या दोन्ही गोष्टी अगदी घटनासंमत अशाच होत्या.

विधेयकावर पुनर्चर्चा आणि पुनर्विचार झाला आणि त्यानंतर ते सर्वसंमत करण्यात आले. अशा प्रकारे सर्वसंमतीने स्विकारलेले विधेयक एक ऑगस्ट २००६ रोजी पुन्हा राष्ट्रपतींकडे पाठवण्यात आले. आता राष्ट्रपतींना त्याच कलमांतर्गत असलेल्या तरतुदींनुसार ते विधेयक संमत करावेच लागणार होते.

त्याऐवजी त्यांनी ते आपल्याकडे काही दिवस तसेच ठेवून घेतले. मला विनम्रपणे असे नमूद करावेसे वाटते,की ते त्यांनी कित्येक दिवस तसेच ठेवले होते. मी त्यांच्या जबाबदारीची त्यांना तोंडी आणि लेखीही आठवण करून दिली होती. त्यावेळी त्यांनी आपल्या सद्सद्विवेकबुद्धीला स्मरून आपण वागत असल्याचे मला सांगितले. भारतीय राज्यघटना हीच राष्ट्रपतींची सद्सद्विवेकबुद्धी असते, असे मी त्यांना म्हणालो आणि संसदेनेही घटनात्मक बाबी अगदी काटेकोरपणे पाळल्या होत्या. त्यांनी कोणत्याही प्रकारे घटनात्मक अनियमितता केली नव्हती. कायद्याविषयी लोकांचे भिन्न दृष्टीकोन असणे ही वेगळीच गोष्ट असते. न्यायसंस्थेचे कायदेविषयक वेगळे दृष्टिकोन असणे हीसुद्धा वेगळी बाब असते. परंतु राष्ट्रपतींना आपले घटनात्मक कर्तव्य बजावावेच लागते. ते महत्त्वाचे असते.

अखेरीस सद्सद्विवेकबुद्धीवर घटनेने मात केली. १८ ऑगस्टला राष्ट्रपतींनी विधेयकाला मान्यता दिली. त्यांच्याकडे विधेयक परत आल्यानंतर तब्बल सतरा दिवसांनी त्यांनी त्यावर स्वाक्षरी केली. अगदी आता विचार केला तरी मला एवढी दिरंगाई पचवता येत नाही. या प्रकरणी कलामांनी प्रमाद केला, असे मी म्हटले तर तुम्ही मला दोष द्याल का? असे करण्याचे काही का कारण असेना; परंतु त्यांनी या वादात अडकायलाच नको होते, असे मला वाटते.

२१

राष्ट्रपती कलाम यांनी अफझल गुरुचा दयेचा अर्ज जाणीवपूर्वक प्रलंबित कसा ठेवला, याविषयी बरेच काही लिहिले गेले आहे. या घटनेविषयीचे हे आकलन काही लोकांनी जाणीवपूर्वक तसेच ठेवले आणि माहिती नसलेल्या स्तंभलेखकांनी त्याला हातभार लावला, ही गोष्ट धक्कादायक आहे.

याविषयीची वस्तुस्थिती अशी आहे : मोहमद अफझल यालाच अफझल गुरु असे म्हटले जाते. डिसेंबर २००१ मध्ये झालेल्या संसदेवरील हल्ल्याच्या प्रकरणी त्याला सर्वोच्च न्यायालयाने दोषी ठरवून सन २००४ मध्ये फाशीची शिक्षा सुनावली. ऑक्टोबर २००६ मध्ये त्याला फाशी देण्यात येणार होती. परंतु ती तहकूब ठेवण्यात आली. लष्कर ए तोयबा आणि जैश ए मोहम्मद यांनी हा हल्ला संयुक्तपणे केल्याचा आरोप करण्यात आला होता. हे दोन्ही गट पाकिस्तानात कार्यरत होते. सुरक्षा दलाचे सात कर्मचारी या हल्ल्यात मृत्युमुखी पडले होते. त्यांमध्ये एका महिला कॉन्स्टेबलचाही समावेश होता. या हल्ल्यात सहभागी असलेल्या आणि अद्याप ओळख पटू न शकलेल्या आणखी पाच जणांचाही मृत्यू झाला होता. एखाद्याला मृत्युदंड दिला गेला, तर ती शिक्षा सर्वोच्च न्यायालय तहकूब करू शकते. मात्र सर्वोच्च न्यायालयाने निकाल दिल्यावर त्याला मृत्युदंड दिला जातो. फक्त त्याने राष्ट्रपतींकडे दयेचा अर्ज केला तरच त्याची शिक्षा रोखली जाते. यासाठी त्या कैद्याने स्वतः किंवा त्याच्या नातेवाईकाने किंवा कायदेशीर प्रतिनिधीने राष्ट्रपतींकडे दयेचा अर्ज करावा लागतो. तो अर्ज राष्ट्रपती गृह मंत्रालयाकडे पाठवतात. योग्य शिफारशींसह हा अर्ज राष्ट्रपतींकडे परत पाठवला जातो. अशा दयेच्या अर्जांवर राष्ट्रपती स्वतः कोणताही निर्णय घेत नाहीत.

राष्ट्रपतींकडे अफझल गुरुचा दयेचा अर्ज ३ ऑक्टोबर २००६ रोजी आला. त्याच दिवशी तो गृह मंत्रालयाकडे पाठवण्यात आला. मात्र २५ जुलै २००७ पर्यंत म्हणजे कलामांच्या राष्ट्रपतिपदाच्या अखेरच्या दिवसापर्यंत मंत्रालयाकडून त्यावर कोणतीही शिफारस पाठवली गेली नाही. राष्ट्रपतींना शिफारशीखेरीज अर्जावर निर्णय घेता येत नाही. वारंवार दुरुस्ती झाल्यामुळे घटनेने त्यांना एवढेच स्वातंत्र्य दिले आहे. मग त्यांना दोष का द्यायचा?

अनावश्यक वादापासून दूर राहण्यासाठी राष्ट्रपती भवनातून या संदर्भात कोणतेही पत्रक काढण्यात आले नाही. या प्रकरणी कोणतीही कृती करण्याच्या राष्ट्रपतींच्या क्षमतेविषयी कोणत्याही प्रकारची संदिग्धता मात्र अजिबातच नव्हती.

३०

कलामांना राष्ट्रपती म्हणून कोणत्याही प्रकारे देखावा करता येत नसे. खरे तर देखावा कसा करतात हेच त्यांना माहिती नव्हते. एक साधा प्रसंग सांगतो. राष्ट्रपतींचा एक अधिकृत फोटो काढला जातो आणि त्याच्या एका कोपऱ्यात त्यांची सही असते. त्यानंतर हा फोटो सर्व सरकारी कार्यालये, भारतीय दूतावास आणि विमानतळांसह इतर सर्व महत्त्वाच्या ठिकाणी लावला जातो. कलाम राष्ट्रपती बनल्यावर त्यांना याविषयी सांगण्यात आले. सुरुवातीला त्यांनी यांबाबत बरीच कां कू केली. परंतु त्याकडे लक्ष न देता त्यांना फोटो काढण्यास भाग पाडण्यात आले. बंद गळ्याचा शर्ट घालून त्यांचे फोटो काढण्यात आले.

त्यानंतर अधिकृत फोटो म्हणून तीन ते चार पर्यायी फोटोंची निवड करण्यात आली. कलामांनी मला त्यातून एका फोटोची निवड करण्यास सांगितले. मी तसे केले आणि तो फोटो सर्वत्र दिसू लागला. त्यात कलामांच्या चेहऱ्यावर अर्धस्फुट स्मित होते. ''केवढी लज्जास्पद गोष्ट आहे!'' अश्वदलाच्या सेवेतील एका सदस्याने शेरा मारला. मी त्याला म्हणजे काय असे विचारले. त्यावर तो म्हणाला, ''त्या फोटोकडे पहा. ते भारताचे राष्ट्रपती आहेत आणि तरीही त्यांच्या शर्टाच्या खिशाला त्यांनी लावलेले पेन चक्क पायलट बॉलपेन आहे. खरे तर ते मॉंट ब्लँक किंवा पार्कर पेन असायला हवे होते!''

मी आश्चर्यचकित झालो; परंतु भारत हा काही मॉंट ब्लँक्स खिंवा पार्कर्स पेनांमुळे ओळखला जाणारा देश नाही, असे त्याला सांगण्यात काहीच अर्थ नाही, हे लक्षात आल्यामुळे मी गप्प राहिलो. आपण साठ वर्षांपूर्वीपासूनच स्वतःला मार्गदर्शन करण्यास शिकलो आहोत; खरे तर ५५ वर्षेच तसे आपण करत आहोत, असे म्हटले तर ते अधिक योग्य ठरेल. कलाम या सर्व गोष्टींविषयी अगदीच अनभिज्ञ असत. अगदी आताही त्यांना याविषयी काहीही जाणीव नसेल. त्यांच्यासाठी कोणतेही पेन किंवा पेन्सिल ही 'फेलो (व्यक्ती)' असे आणि त्या 'फेलो' ने काम केले की त्यांना तेवढे पुरेसे असे. उच्च ब्रँडचे नसलेले असे अनेक 'फेलो' त्यांच्याकडे होते आणि कदाचित मॉंट ब्लँक्स आणि पार्कर्सपेक्षा ते अधिक चांगले कामही करत असत. कलाम औचित्यपूर्ण शिष्टाचारांनाही फारसे महत्त्व देत

नसत. ते ज्या प्रकारे सर्वत्र वागत बोलत, संचार करत त्यावरून तर तोऱ्यात वागणे म्हणजे काय हे त्यांच्या गावीही नव्हते हे स्पष्ट होत असे. राष्ट्रपती भवनाच्या बाहेरही ते त्याच पद्धतीने वागत. त्यात राज्यांच्या दौऱ्यांचा आणि अगदी परदेश दौऱ्यांचाही समावेश होता. राष्ट्रपती भवनातील आम्हा कर्मचाऱ्यांना आणि त्याहूनही परदेश मंत्रालयातील अधिकाऱ्यांना त्यामुळे राष्ट्रपतींनी काही राज शिष्टाचार पाळावेत यासाठी त्यांची अक्षरशः मनधरणी करावी लागत असे. विशेषतः परदेश दौऱ्यांच्यावेळी अधिकारी अगदी काकुळतीला येत.

कलामांचे पाय सतत जमिनीवरच असत. याचे एक उदाहरण देतो. लोक त्यांना 'युवर एक्सलन्सी' (महाराज) असे संबोधत तेव्हा तर ते कमालीचे अस्वस्थ होऊन जात. अशा प्रकारे त्यांना हाक मारली जाणे ते समारंभांत वगैरे टाळू शकत नव्हते हे त्यांना कदाचित माहिती असावे. दैनंदिन संभाषणात अशा प्रकारचे नामाभिधान टाळावे असे ते त्यांना भेटायला येणाऱ्या लोकांना सांगताना मी ऐकले होते. मग ते अधिकृत, कार्यालयीन संभाषण असो; की अनौपचारिक स्वरूपाचे! अर्थातच त्यांच्या विनंतीला लोक नेहमीच मान देत नसत.

इथे या गोष्टीची नोंद करण्यामागे एक खास कारण आहे. कलामांचा सचिव म्हणून राष्ट्रपती भवनात येण्याआधीच्या माझ्या सेवा कार्यकाळात मला अनेक राज्यपालांच्या हाताखाली काम करण्याच्या किंवा त्यांच्याशी अंतरक्रिया करण्याच्या संधी मिळाल्या होत्या. त्यांच्यापैकी कोणीही मला 'युवर एक्सलन्सी' म्हणण्याची जबरदस्ती केली नव्हती. परंतु तरीही राज भवनातील आणि राज निवासातील अधिकाऱ्यांकडून मला असे समजले होते की त्यांच्यापैकी कित्येक जण 'युवर एक्सलन्सी' असेच आपल्याला म्हटले जावे असा आग्रह धरत असत. तसेच त्यांच्या अनुपस्थितीत त्यांच्याविषयी बोलताना 'हिज एक्सलन्सी' असाच त्यांचा उल्लेख केला जावा यावरही त्यांचा कटाक्ष असे. राष्ट्रपतींची एका राज्याला असलेली प्रलंबित भेट निश्चित करण्यासाठी मी गेलो होतो. तो माझा अनुभव अत्यंत वाईट होता. मी राज भवनमध्ये रहात होतो आणि संध्याकाळी त्या इमारतीतील बगीचातून आपण जरा फेरफटका मारावा, असे मला वाटले. मी बाहेर पडत असतानाच राज भवनच्या एका अधिकाऱ्याने मला आदरपूर्वक रोखले. "सर, आता नाही. कारण मॅडम राज्यपाल आता बाहेर फिरत आहेत," तो म्हणाला. मी बुचकळ्यात पडलो. स्वतः राज्यपाल अत्यंत सभ्य गृहस्थ होते हे मला माहिती होते. नुकताच काही तासांपूर्वीच मी त्यांना भेटलो होतो. त्या राज्यात आणखी एक राज्यपालही होते आणि त्या महिला राज्यपाल होत्या, हे मला माहितीच नव्हते!

त्यामुळे मी त्या अधिकाऱ्याला या महिला राज्यपाल कोण आहेत असे विचारले. माझ्या अज्ञानामुळे तो अचंबित झाला होता. त्यानंतर थोड्याशा प्रौढीच्या भावनेतून त्याने मला समजावले, की मॅडम राज्यपाल म्हणजे 'हर एक्सलन्सी' म्हणजेच राज्यपालांच्या पत्नी होत्या. मी गोंधळात पडल्याचे पाहून त्याने मला सांगितले की आपल्या पत्नीचा उल्लेख 'हर एक्सलन्सी' किंवा 'मॅडम गव्हर्नर' असाच केला पाहिजे असा 'हिज 'एक्सलन्सीं'नी आदेश

दिला होता. केंद्रशासित प्रदेशाच्या एका लेफ्टनंट गव्हर्नरची आठवण मला त्यामुळे झाली. त्यांनी तर लेखी आदेश काढून सर्वांना असे कळवले होते, की त्यांना सदा सर्वकाळ 'युवर एक्सलन्सी' असे फक्त बोलतानाच संबोधले जावे असे नव्हे; तर त्यांच्याकडे पाठवल्या जाणाऱ्या सर्व फाईल्सवरही 'एच. ई. एलजी' असे लिहिले गेले पाहिजे.

इथल्या राज्यपालांनी आणखी एक पाऊल पुढे टाकले होते आणि आपल्या आदेशात 'मॅडम गव्हर्नर' लाही समाविष्ट करुन टाकले होते.

कलाम ब्रह्मचारी होते. त्यामुळे 'मॅडम प्रेसिडेंट' किंवा 'हर एक्सलन्सी' ला राष्ट्रपती भवनात काहीच वाव नव्हता. त्यामुळे त्यांना काही प्रमाणात का होईना; सुटल्यासारखे वाटले असेल. म्हणजे शिष्टाचारांच्या दृष्टीने!

३१

कलामांचा साधेपणा सर्वज्ञात आहे. तो अगदी सच्चा आहे. खालील प्रसंग त्याची पूर्ण साक्ष देतात. सन २००२ मधील तो सप्टेंबरचा महिना होता. माझी आई दिल्लीला माझ्याकडे राहण्यास आली होती. ती कलामांहून बरोबर दहा वर्षांनी मोठी आहे. कलाम नेहमीच वयाला मान देतात आणि कोणत्याही डामडौलापासून दूर राहतात, असे तिने कलामांच्या व्यक्तीमत्त्वाविषयी खूप लोकांकडून ऐकल्यानंतर एके दिवशी त्यांना भेटण्याची इच्छा व्यक्त केली. सरकारी अधिकारी म्हणून ३५ वर्षे नोकरी केल्यामुळे मी बचावात्मक भूमिकेत होतो. मला आईच्या भावना दुखवायच्या नव्हत्या आणि म्हणून मी होकारार्थी स्वरूपात उत्तर देणे टाळले. मी म्हणालो, ''मी प्रयत्न करेन.'' अर्थातच 'मी यात लक्ष घालेन,' या सरकारी थाटाच्या उत्तराचेच हे प्रतिबिंब होते. भीती, निराशा या भावनांच्या हिंदोळ्यात अडकत मी कलामांना एके दिवशी हळूच याविषयी विचारले. कारण काहीही झाले तरी भारताच्या राष्ट्रपतींशी मी बोलत होतो.

''सर, माझी आई माझ्याकडे रहायला आली आहे. तुमच्या सोईनुसार तिला तुमची भेट घ्यायची होती. तुम्ही तिला भेटण्यासाठी तारीख आणि वेळ दिली तर मी तुमचा आभारी होईन, सर.''

''फारच छान! या रविवारी दुपारी बारा वाजता!'' उत्तर मिळाले. ''होय सर,'' मी मागे वळलो आणि धावतच घरी जाऊन आईला ही गोष्ट सांगितली. ''अम्मा, राष्ट्रपतींकडे या रविवारी दुपारी आपण जाऊया,'' अम्माला आनंद झाला आणि मलाही बरे वाटले. खरे तर कृतकृत्य झाल्यासारखा वाटले.

रविवार आला. माझी आई माझ्या पत्नीसह माझ्याबरोबर राष्ट्रपती भवनमध्ये आली. नॉर्थ कोर्टजवळ तीन एडीसी आम्हाला घेऊन जाण्यासाठी उभे होते. लिफ्टचे दार उघडल्याबरोबर मला एडीसीनी सांगितले, ''सर, आम्हाला खाली जाऊन वाट बघायला सांगण्यात आलं आहे.'' एडीसी निघून गेले आणि माझ्या आईची वाट पहात असलेले कलाम मला दिसले. ते आम्हाला मुख्य ड्रॉईंग रूममध्ये घेऊन गेले. माझ्या आईच्या शेजारी आदरपूर्वक अंतर राखून

ते बसले. माझी पत्नी माझ्या समोरच बसली होती. माझी आई उत्तम प्रकारे इंग्लीश बोलत असे. परंतु तिला कमी ऐकू येत होते. आपल्या छोट्या भावाला मोठ्या बहिणीने आशीर्वाद द्यावेत त्या प्रकारे तिने कलामांना आशीर्वाद दिले आणि त्यांनीही त्याच नात्याने तिचे आशीर्वाद स्वीकारले.

सुमारे पंचवीस मिनिटे ते आमच्यासोबत होते. मी म्हणालो, ''सर, खूपच आभारी आहे. आम्ही आता निघतो,'' आम्ही सारे जण उठून उभे राहिलो. ते म्हणाले, ''थांबा,'' आणि शेजारच्याच खोलीत ते दिसेनासे झाले. त्यानंतर एक सुंदर शाल घेऊन ते परत आले आणि त्यांनी ती माझ्या आईला भेट दिली. अर्थातच माझ्या आईने त्यांचे मनापासून आभार मानले आणि पुन्हा एकदा त्यांना तोंड भरून आशीर्वाद दिले. आम्ही लिफ्टकडे निघालो होतो आणि नंतर राष्ट्रपती मला म्हणाले, ''मि. नायर, त्यांना सोडायला मी खालपर्यंत येऊ का?'' माझ्यातील सरकारी अधिकारी जागा झाला आणि मी म्हणालो, ''नाही सर. आम्ही जाऊ. तुम्ही खाली येऊ नका.'' तोपर्यंत बेल वाजली आणि लिफ्ट आली आणि आम्ही आत शिरलो. दार बंद झाले आणि माझ्या आईला नमस्कार करण्यासाठी हात जोडून उभे असलेले कलाम आम्हाला लिफ्टच्या समोरच दिसले. आम्ही घरी परत येत असताना कारमध्ये माझी आई मला म्हणाली, ''त्यांच्याकडून शिकण्यासारखं खूप काही आहे. ते शिकून घे.'' ठीक आहे. मी तिने सांगितल्याप्रमाणे वागण्याचे खूप प्रयत्न केले, परंतु मी त्यात यशस्वी झालो आहे की नाही ते मात्र मला माहिती नाही.

एकदा भारताचे माजी सरन्यायाधीश एम. एन. वेंकटचालिया यांना राष्ट्रपतींनी भेटीसाठी बोलावले. काही मिनिटे ते दोघे एकमेकांशेजारी सोफ्यावर बसले होते. त्या बैठकीच्या अखेरीस मला बोलावण्यात आले आणि मी सरन्यायाधीशांना त्यांच्या खोलीत घेऊन गेलो. थोडा वेळ आम्ही शांत बसलो आणि नंतर ते म्हणाले, ''मि. नायर, हा अनुभव मला आयुष्यभर पुरेल. मी डॉ. कलामांच्या अगदी जवळ बसलो होतो आणि माझ्या शरीरात देवत्वाच्या तेजस्वी संवेदना प्रवेश करत असल्याचा अनुभव मला आला. मी थोडासा निराश झालो. ते खरोखरच परमेश्वराचा माणूस आहेत.''

त्या काळात मलाही काहीसा असाच अनुभव येऊ लागला होता, परंतु मी काहीही बोललो नव्हतो. फिल्ड मार्शल सॅम माणेक्शांची कलामांना भेट घ्यायची होती. १९७१ च्या पाकिस्तानविरुद्धच्या युद्धातील हा हिरो त्यावेळी शारीरिक व्याधींनी त्रस्त होता. कलामांनी उटकमंडमध्ये म्हणजेच उटीमध्ये जाऊन त्यांची भेट घ्यायचे ठरवले. फेब्रुवारी २००७ मध्ये ही भेट ठरली. अशा उच्च क्षमतेच्या लोकांना उच्च बिरुदे किंवा पदव्या बहाल करणे ही वेगळी गोष्ट असते आणि त्यांच्या उच्च पदांच्या तुलनेत त्यांना काही प्रकारच्या सुविधा आणि पैसा मिळतो आहे की नाही, ते पाहून त्याची तजवीज करणे ही गोष्ट वेगळी असते. कलामांच्या ते झटकन लक्षात आले होते. फिल्ड मार्शल सॅम माणेक्शांना भेटून परतल्यानंतर लगेच या दृष्टीने काहीतरी अर्थपूर्ण करण्यासाठी त्यांनी तातडीच्या हालचाली सुरू केल्या. त्यातूनच अशी उच्च दर्जाची पदे भूषवलेल्या व्यक्तींना विविध प्रकारचे लाभ देण्याचे पॅकेज तयार करण्यात

आले. हवाई दलाचे मार्शल हे लष्करातील फिल्ड मार्शलच्या दर्जाचे पद असते. सॅम माणेकशा आणि अर्जन सिंग (हवाई दलातील पहिले आणि आतापर्यंतचे तरी भारतीय हवाई दलातील एकमेव मार्शल) यांना या पॅकेजचा प्रथम लाभ मिळाला. त्यांनी तो पदभार स्वीकारलेल्या तारखेपासूनच या पॅकेजचा लाभ त्यांना लागू करण्यात आला होता आणि कलामांनी स्वतः पुढाकार घेऊन त्यांना ते लाभ मिळतील असे पाहिले होते.

लेखक खुशवंत सिंग यांची भेटही त्यांनी स्वतः जाऊन घेतली होती. परस्परांपासून पूर्णपणे भिन्न अशी ती दोन व्यक्तिमत्त्वे होती. परंतु त्या भेटीतील प्रेम आणि सहजता यांमुळे कलाम विविध व्यक्तिमत्त्वांशी किती सहजतेने संवाद साधू शकतात, ते दिसून आले होते. लोकांविषयी त्यांना वाटत असलेली तळमळच या सर्व गोष्टींच्या केंद्रस्थानी होती आणि म्हणूनच लोकांना त्यांना आणखी एकदा राष्ट्रपतिपदी पाहण्याची इच्छा होती.

३२

आता या पुस्तकातील ही अखेरची प्रकरणे असली तरी कलामांनी राष्ट्रपती म्हणून सूत्रे हाती घेतल्यापासून जवळजवळ रोजच राष्ट्रपतिपदाचे नवे अध्याय लिहिले जाऊ लागले होते. खासदारांच्या गटाबरोबर ब्रेकफास्ट मीटिंग्ज घेण्याच्या त्यांच्या उपक्रमापासूनच बहुधा हे सुरू झाले असावे. त्यावेळी ते स्थानिक, राष्ट्रीय आणि अगदी आंतरराष्ट्रीय महत्त्वाच्या विषयांवर त्यांच्याशी चर्चा करत. कित्येक जणांना या मीटिंग्ज आवडल्या आणि उपयुक्तही वाटल्या; परंतु तरीही त्यांच्यापैकी काही जणांच्या मनात या बैठकांविषयी तुच्छता होती. एकदा तर माझ्या कानांवर दोघा खासदारांचे संभाषणही पडले होते. (त्यांच्यापैकी एक जण उच्च पदावर पोहचले, मात्र तरीही त्यांची प्रतिष्ठा मात्र संशयास्पदच राहिली.) या ब्रेकफास्ट मीटिंग्जना ते 'तमाशा' म्हणत होते. तेथील शैक्षणिक वर्गासारख्या वातावरणाचा त्यांना तिरस्कार वाटत होता आणि त्यांच्या दृष्टीने तेथील फक्त रुचकर गोष्ट एकच होती आणि ती म्हणजे त्या चर्चेनंतर त्यांना दिला जाणारा नाष्टा!

कलाम हे हाडाचे शिक्षक आहेत. अगदी पहिल्या दिवशी त्यांनी आपल्यासमोरच्या श्रोत्यांना प्रामाणिकपणा, न्यायीपणा, विश्वसनीयता, सचोटी, शिस्त या मूल्यांच्या शपथा अंमलात आणण्याविषयी सांगितले, तेव्हापासूनच त्यांच्यातील शिक्षक दिसला होता. त्यांच्यासमोर विशेषतः त्यांच्याहून कमी वयाचे श्रोते बसलेले होते, मात्र तरीही त्यावेळी टवाळीचा सूर मला तिथे जाणवला होता. त्यांच्या व्याख्यानांमध्ये नेहमीच कविता असत आणि त्याही चांगला माणूस घडवणाऱ्या मूल्यांनी भरलेल्या असत.

आपल्याला पाच वर्षांची मुदत आहे, असे समजूनच कलामांनी राष्ट्रपतिपदाच्या कामाला सुरुवात केली होती. घटनेनुसार, दुसऱ्यांदा किंवा तिसऱ्यांदा राष्ट्रपतिपद भूषवण्यापासून त्यांना कोणीच रोखू शकत नव्हते, हे त्यांना माहिती होते. परंतु त्यांनी अप्रत्यक्षपणेही यासाठी कधीच एखाद-दुसरा प्रयत्नही केला नाही. मात्र जसजसा काळ पुढे सरकू लागला, तसतसे ते लोकांच्या इच्छा-आकांक्षांचे प्रतीक बनत गेले. तसेच तरुण पिढीचे आदर्श (रोल मॉडेल) बनत गेले आणि त्यामुळे दुसऱ्या वेळेला त्यांनी राष्ट्रपतिपदाच्या निवडणुकीसाठी उभे रहावे,

असा दबाव त्यांच्यावर वाढत गेला. सन २००५ मध्ये त्यांनी कोईमतूर येथे झालेल्या समारंभात श्रोत्यांना सांगितले, की ते तेव्हा जुलै २००७ ची वाट पहात होते. कारण त्यानंतर त्यांना चेन्नई येथील अण्णा युनिव्हर्सिटीत पुन्हा एकदा शिकवायला जाता आले असते.

हे काही लोकांच्या चांगलेच पथ्यावर पडले. त्यामुळे त्यांना दुसऱ्यांदा राष्ट्रपतिपद देऊ नये, या त्यांच्या म्हणण्याला दुजोरा मिळाला. कलामांना मिळालेली लोकप्रियता आपल्यालाही लाभावी, असे कित्येक राजकारण्यांचे स्वप्न होते. अजूनही आहे, ही वस्तुस्थिती आहे. एका मंत्र्याने मला फोन केला आणि विचारले, "हे काय चाललंय? त्यांना मिळत असलेली ही लोकप्रियता वास्तविक आम्हाला मिळाली पाहिजे, कारण काहीही झालं तरी निवडून आलेले लोक आम्ही आहोत."

मी याविषयी कलामांना सांगितले आणि म्हणालो, "सर, कृपा करून लोकांच्या आकांक्षांवर थंड पाणी ओतू नका. तुम्ही त्यांची भूक चेतवली आहे आणि त्यांच्या आशा प्रज्वलित केल्या आहेत. तुमच्याच शब्दांत सांगायचं झालं तर त्यांना आपलं भवितव्य म्हणजेच भारताचं भवितव्य असं वाटतंय. आता तुम्ही आपल्या जबाबदारीपासून मागे हटू शकणार नाही." त्यांनी शांतपणे सारे काही ऐकून घेतले. मी पुढे बोलतच होतो. "सर, आणखी एक गोष्ट. ज्यांना तुम्ही नको आहात, ते लोक तुमच्या स्वतःच्याच प्रतिपादनाचा वापर तुमच्या विरोधात करत आहेत. आपल्याला पुन्हा शिक्षकी पेशाकडे वळायचं आहे, असं तुम्ही म्हणालात, त्यामुळे आपल्याला तुमच्याविषयी खूपच आदर वाटत असल्याचे ते तुम्हाला सांगतील. शिक्षकी पेशा हे तुमचं पहिलं प्रेम आहे. त्यामुळे तुम्हाला दुसऱ्यांदा निवडणुकीला उभे रहायला सांगून ते तुमचा अपमान करू इच्छित नाहीत, असं ते तुम्हाला म्हणतील. कारण त्यांना फक्त तुमच्या इच्छांचा आदर करायचा आहे, असंही ते म्हणतील." त्यांनी काहीच प्रतिसाद दिला नाही.

डिसेंबर २००६ मध्ये राजकारण्यांच्या एका गटाने त्यांची भेट घेतली. ती एक नामशेष होत असलेली राजकारणातील प्रजाती होती. त्यांनी दुसऱ्यांदा राष्ट्रपतिपदाच्या निवडणुकीसाठी कलामांनी उभे रहावे यासाठी त्यांचे मन वळवण्याचा प्रयत्न केला. मी तिथे उपस्थित नव्हतो, परंतु मला असे समजले, की त्यांनी फारच आग्रह धरल्यानंतर कलामांनी त्यांना सांगितले, की तुम्हाला हेच हवं असेल, तर मी 'नाही' म्हणणार नाही.

त्यांच्या राष्ट्रपतिपदाची अखेर जवळ आल्यावर लोकांनी एसएमएस आणि ई मेल्समधून आपले दृष्टिकोन मांडण्यास सुरुवात केली. वृत्तपत्रे आणि टीव्ही वाहिन्यांनी त्यांच्या लोकप्रियतेच्या सर्वेक्षणाचे आकडे दाखवायला सुरुवात केली. ते सुमारे ८० ते ९५ टक्के लोकप्रिय असल्याचे त्यातून दिसत होते. मात्र त्याच वेळी बहुतांश इतर नेत्यांची लोकप्रियता एक आकडी होती किंवा त्यांनी कशीबशी दोन आकड्यांपर्यंत मजल मारली होती. कोणी तरी असा शेरा मारला, की भारताच्या राष्ट्रपतींची निवड एसएमएस किंवा ई मेल्सच्या साहाय्याने केली जात नाही. ते खरेच होते. परंतु त्यांमधून लोकांची पसंती आणि निवड स्पष्ट दिसत

होती. मला कसे कोण जाणे; पण असे वाटू लागले, की आता गोष्टी हातातून निघून चालल्या होत्या. विविध प्रकारच्या प्रक्षोभक किंवा डिवचणाऱ्या प्रश्नांना राष्ट्रपती भवनातून उत्तरे न देण्याचे धोरण आम्ही स्वीकारले होते.

कलामांचे नाव प्रस्तावित करणाऱ्या तिसऱ्या आघाडीने कलामांचे नाव प्रस्तावित केल्यानंतर त्या बाबतीत खुपच गोंगाट करण्यात येत होता. कलामांचे उत्तर आधीप्रमाणेच होते. त्यांनी निवडणूक लढवण्याचा आणि हरण्याचा प्रश्नच उद्भवत नव्हता. त्यांनी 'निश्चितपणे' हा शब्द त्यावेळी अनेकदा वापरला होता आणि त्यातून अनेक अर्थ काढले जात होते. कमी बोलणे हे अधिक चांगले असते, कारण तसे खूप काही बोलले गेले होते.

भारताला नूतन राष्ट्रपती लाभल्या होत्या. त्या महिला होत्या. प्रथमच महिला राष्ट्रपती भारताला लाभल्या होत्या. संपूर्ण नामांकन आणि निवडणूक या प्रक्रियेच्या वेळी त्या खूपच सभ्यपणे आणि औचित्यपूर्णतेने वागल्या होत्या. त्यांना आम्हा सर्वांकडून अभिनंदन आणि शुभेच्छा मिळाल्या आणि खरोखरच त्याला त्या पात्र होत्या. नूतन राष्ट्रपतींचे स्वागत आणि माजी राष्ट्रपतींना निरोप हे नेहमीचेच शिरस्ते असतात. या प्रसंगाचे औचित्य सर्वच दृष्टींनी राखले गेले होते. मात्र तरीही कलामांनी निरोपादाखल हात हलवला आणि भावी राष्ट्रपतींच्या समवेत त्यांनी आपल्या नवीन घराकडे प्रस्थान केले, त्यावेळी प्रत्येकाच्याच डोळ्यातून एखाद–दुसरा अश्रू तरळून गेला.

३३

कलामांनी देशभर केलेल्या झंझावाती दौऱ्यांचा उल्लेख मी आधीच केला आहे. बहुतेक राज्यांनी आपापल्या विधिमंडळांसमोर भाषण करण्यासाठी त्यांना त्यावेळी बोलावले होते आणि त्यांनी ते आनंदाने मान्यही केले होते. मात्र त्यापैकी कोणतेही भाषण सहज औपचारिकता म्हणून केलेले भाषण नव्हते. प्रत्येक राज्याचा गाभ्याचा विषय शोधून काढण्यासाठी संपूर्ण राष्ट्रपती भवन कामाला लागलेले असे. त्या राज्याने केलेली प्रगती आणि प्रत्येक राज्याचा भविष्यकालीन हेतू काय असला पाहिजे, याविषयीची संपूर्ण माहिती तयार केली जात असे. अशी भाषणे तयार करण्यासाठी कलाम स्वतः संशोधनात आणि अभ्यासात दिवसच्या दिवस घालवत असत. सर्वांनी सगळे प्रयत्न केल्यानंतर कलामांकडे प्रत्येक राज्याच्या विकास मोहिमेसाठी आवश्यक असलेली आणि कोणत्याही मुद्यावर नाकारता न येऊ शकणारी माहिती तयार होत असे. त्यावरून ते प्रत्येक राज्याच्या विकास मोहिमा तयार करत आणि अर्थातच त्यांच्या सूचनांमधून त्यांच्या दृष्टिकोनाचा ठसा स्पष्टपणे उमटत असे. या मोहिमांमधून दर्शवण्यात आलेले हेतू साध्य करण्यासाठी केरळसारख्या कित्येक राज्यांनी समित्यांची स्थापना केली. त्या मोहिमा तार्किकदृष्ट्याही उत्तम असत आणि त्यामुळे त्या तडीस गेल्या असत्या तर त्यांचा मोठाच लाभ झाला असता.

कलामांचा तरुणाईवरील विश्वास आणि त्यांच्याशी त्यांनी राखलेला सातत्याचा संपर्क ही एक प्रकारची दंतकथाच बनून गेली आहे. तरुणच देशाचे भवितव्य आहेत आणि देशाला आघाडीवर न्यायचे असेल, तर तरुणांना योग्य दिशेला वळवले पाहिजे हे त्यांना माहिती होते. शेकडो तरुणांसमवेत त्यांनी दिवसातील किमान एक ते दोन तास व्यतीत केले नाहीत, असा एकही दिवस गेला नव्हता. प्रामाणिकपणा, हेतूपूर्वक मार्गक्रमण आणि आपली मोहीम किंवा हेतू पूर्ण करण्यासाठी एकनिष्ठेने त्याचा पाठपुरावा करणे यावरच देशाचे भवितव्य कसे अवलंबून आहे हे ते त्यांना सांगत असत. तरुणांच्या कल्पनांना त्यांनी कसे चेतवले आणि तरुणाईचे एका ताकदवान बळामध्ये त्यांनी कसे रूपांतर केले ही एक अविश्वसनीय परंतु सत्य गोष्ट आहे. जेव्हा जेव्हा तरुणांशी संभाषणाचा प्रसंग येत असे, तेव्हा तेव्हा ते त्यांना

बहुउद्देशीय शपथ घ्यायला लावत. 'तरुणपणीच त्यांना हाताशी धरून त्यांच्यामध्ये विकसित भारताची मोहीम साध्य करण्यासाठीची भावना प्रज्वलित करा,' हाच त्यांचा एकमेव हेतू होता, असे दिसते.

कलामांनी प्रत्येक वेळी हे अगदी अनौपचारिक पद्धतीने केले, हे मला इथे नमूद केलेच पाहिजे. त्यांनी कधीही आदेश दिला नाही, परंतु तरीही आम्ही सर्वांनी त्यांचे आज्ञापालन केले आणि त्याचे परिणाम दिसून आले. खरे तर कोणत्याही गोष्टी घडवून आणण्याचा हा अधिक चांगला मार्ग असतो. राष्ट्रपती भवनाच्या विविध पैलूंविषयी कलामांना कमालीचा अभिमान होता. हे पैलू जगासमोर यावेत, अशी त्यांची इच्छा होती. त्यातूनच 'मॅन्शन नॉनपरैल', 'द रोझेस ऑफ द मुघल गार्डन,' 'ट्रीज ऑफ राष्ट्रपती भवन' इ. पुस्तके प्रकाशित झाली. प्रशासकीय संचालक सतीश माथुर आणि फळबागांचे ओएसडी ब्रह्मा सिंग यांना याचे श्रेय दिले गेले पाहिजे. सतीश माथुर नेहमीच प्रशासकीय बाबींमध्ये दुरुस्त्या करण्यात व्यस्त असत. (आणि त्यांनी त्या लक्षणीयरित्या व्यवस्थित केल्या.) तरीही त्यांना 'मॅन्शन नॉनपरैल'साठी वेळ मिळाला. त्याचप्रमाणे ब्रह्मा सिंग यांना मुघल गार्डन सुंदररित्या फुलवण्यात यश आले होते. त्यामुळेच ती सर्वांसाठी प्रेक्षणीय आणि आल्हादक ठरली होती.

३४

हे प्रकरण मी लिहिले नाही तर मला अपराधीपणा वाटेल. तो सन २००७ मधील जुलै महिना होता. आम्ही सारे जणच तिथून निघून जाण्याच्या तयारीत होतो. आपल्या कार्यालयातून ते बाहेर पडण्याआधी एक दिवस माझे अधिकृत कार्यालय मी सोडणार असल्याचे मी राष्ट्रपतींना सांगितले होते. अर्थातच राष्ट्रपती ज्या दिवशी कार्यालयातून बाहेर पडणार होते, त्याच दिवशी मीही कार्यालयातून बाहेर पडणार होतो. परंतु देवाची काही वेगळीच इच्छा होती. १४ जुलैला माझ्या पत्नीच्या घोट्याचे हाड मोडले. तिच्यावर मोठी शस्त्रक्रिया करावी लागली आणि त्यामुळे आणखी तीन आठवडे मला त्याच घरात राहणे भाग पडले. परंतु माझ्यानंतर तिथे मुख्य सचिवाचे काम पाहणारे ख्रिस्ती फर्नांडिस आणि त्यांच्या पत्नी समजूतदार होत्या. त्यांनी आम्हाला 'काहीही काळजी करू नका' असे सांगितले. 'घर सोडण्याची काहीच घाई करू नका,' असे त्यांनी सांगितले. त्यांच्या या सुस्वभावाबद्दल मी त्यांचे आभार मानतो.

आम्ही १९ ऑगस्टला घर सोडले. राष्ट्रपती कलाम आपले कार्यालय सोडण्याआधी आम्हाला त्यांना भेटायचे होते. परंतु माझ्या पत्नीला झालेल्या अपघातामुळे आम्हाला तसे करता आले नाही. परंतु त्यामुळे आम्हाला आणखी एक आश्चर्य अनुभवता आले. २४ जुलैला माझ्या पत्नीला भेटण्यासाठी कलाम स्वतःच आमच्या घरी आले. माझ्या पत्नीला तर जागचे हलतासुद्धा येत नव्हते. डॉ. कलाम आमच्यासमवेत सुमारे पंधरा मिनिटे होते. खरे तर त्यावेळी त्यांना स्वतःलाच आपल्या नियोजित वेळापत्रकानुसार आपल्या निघण्याची तयारी करायची होती. आम्ही सर्वच जण एवढे भारावून गेलो होतो, की आमच्या तोंडातून त्यावेळी 'थँक यू सर,' हे शब्दसुद्धा बाहेर पडले नाहीत.

थँक यू सर

सर,

तुम्ही जो वारसा मागे ठेवला आहे, तो पुसून टाकणे केवळ अशक्य आहे.
लोकांच्या स्मृतिपटलावर तुमच्या आठवणी कोरल्या गेल्या आहेत. तुमच्या
सकारात्मक प्रभावामुळे त्यांना सतत अधिकाधिक उंची गाठण्यासाठी
प्रोत्साहन मिळत राहील, कारण तुम्ही त्यांची मने प्रज्वलित केली आहेत.

माझ्यासाठी, वैयक्तिकदृष्ट्या ती पाच वर्षे खूपच विलक्षण ठरली. त्या काळात
मी निरीक्षण करत होतो, शिकत होतो आणि त्याआधी मी कधीही नव्हतो, एवढा
यशस्वीही बनलो होतो आणि मला आशा आहे की मी अधिक चांगली
व्यक्तीही बनलो.

या सर्वांसाठी आणि त्याहून कित्येक अधिक गोष्टींसाठी

– थँक यू सर.

२५ जुलै, २००७.

पुरवणी अ

ए. पी. जे. अब्दुल कलाम यांच्या राष्ट्रपतिपदाची मुदत संपत आल्यानंतर राष्ट्रपती भवनातील कर्मचाऱ्यांना उद्देशून मी लिहिलेल्या पत्रातील हा काही संपादित भाग आहे. ते पत्र प्रसिद्ध झाले होते आणि त्याच्यात फोटोही होते. हे आभाराचे पत्र आहे, परंतु त्यात सन २००२ ते २००७ या कालावधीत झालेल्या काही सुधारणांचा सारांश आला आहे.

– लेखक.

१४ जुलै २००३ चा तो दिवस होता. सकाळचे ८.४० वाजले होते. माझ्या कार्यालयातील 'रॅक्स' वाजला. दुसऱ्या बाजूला राष्ट्रपती होते. ''मि. नायर,'' राष्ट्रपती म्हणाले, ''काल रात्री मी अजिबात झोपू शकलो नाही, कारण माझ्या शयनकक्षात गळती सुरू होती...'' मी जागच्या जागीच गारठून गेलो. त्यांच्या जागी दुसरे एखादे राष्ट्रपती असते तर माझ्यावर वीजच कोसळली असती. अर्थातच माझा शरमिंदेपणा त्यांच्या लक्षात आला होता. तो फक्त तेच जाणू शकत होते. ते पुढे म्हणाले, ''पण काळजी करू नका. माझ्या शयनकक्षातील या गोष्टी तुम्ही लगेच दुरुस्त कराल, हे मला माहिती आहे. खरे तर मला राष्ट्रपतींच्या निवासस्थानाच्या परिसरात असलेल्या इतर घरांची काळजी वाटत आहे. तिथे राहणाऱ्या लोकांना तर एका शयनकक्षात गळती सुरू झाली, तर दुसरीकडे झोपण्यासाठी दुसरे शयनकक्षही असणार नाही.''

मी झटकन म्हणालो, ''सॉरी सर, मी लगेच कामाला लागतो.''

सीपीडब्ल्यूडीच्या माझ्या सहकाऱ्यांना मी लगेच छत गळतीविषयी सांगून तिकडे पाठवले. अशी घटना घडावी, याचे त्यांनाही माझ्याएवढेच वैषम्य वाटले. त्यानंतर आम्ही राष्ट्रपती भवनातील सर्वच घरांच्या दुरुस्तीचा कालबद्ध कार्यक्रम आखण्याचे ठरवले. राष्ट्रपती भवन आणि परिसरातील घरांची कित्येक दशके दुरुस्तीच झालेली नव्हती, असे त्यावेळी म्हणण्यात काहीच अर्थ नव्हता. माझ्या टिममधील सहकाऱ्यांनी दुरुस्तीचे काम उत्तम प्रकारे आणि समाधानकारकरित्या व वेळेवर पूर्ण केले, त्याबद्दल मी त्यांचे आभार मानलेच पाहिजेत. हे करण्यासाठी सार्वजनिक बांधकाम आणि वीज विभागातल्या माझ्या सहकार्यांनी

अनेक रात्री जागून काम केले, याची मला जाणीव आहे. या कामांमध्ये काही त्रुटी राहिल्या तर त्याबद्दल माझ्या एकाही सहकाऱ्याने कोणत्याही प्रकारे त्याचे समर्थन केले नाही किंवा कारणे दिली नाहीत. सुमारे तीस वर्षांपूर्वी पाँडेचेरी येथील राज निवासात गळती होत होती. त्यावेळी मी सचिव म्हणून पीडब्ल्यूडीच्या वरिष्ठ अभियंत्याकडे हा मुद्दा मांडला. त्यावेळी मला उत्तर मिळाले होते, ''नाही सर, तिथे फक्त पावसाळ्यातच गळती होते!''

मित्रांनो, तुम्हाला येथील निवासस्थानांच्या दुरुस्तीची गरज समजली आणि त्यानुसार तुम्ही ते काम कालबद्ध पद्धतीने आणि योग्य खर्चात पूर्ण केले त्याबद्दल तुमचे आभार मानण्यासाठी माझ्याकडे पुरेसे शब्द नाहीत. नवीन बांधलेल्या इमारती दिसायलाही सुंदर आहेत आणि राहण्यासाठीही चांगल्या आहेत. ही तुमच्या कामाची पावतीच आहे. किमान एकदा तरी त्याच त्या ठराविक, रूक्ष पद्धतीने बांधकाम केल्याचा आरोप केंद्रीय सार्वजनिक बांधकाम विभागावर केला जाणार नाही.

आपल्या आणि इतर अभियंत्यांनी सन २००३ च्या प्रारंभी दक्षिण आणि उत्तर कोर्ट येथील निवासस्थानांची झालेली आत्यंतिक दुरवस्था नजरेस आणून दिली नसती तर काय झाले असते, या कल्पनेनेही माझा थरकाप उडतो. कारण शेजारून वाहने गेली तरी ही निवासस्थाने हादरत होती. तेथील दुरुस्ती करण्यासाठी केले गेलेले काम प्रचंड म्हणावे असे काम होते आणि उत्तम काम केल्याबद्दल मी आमच्या अभियंत्यांचे आभार मानतो.

गेल्या दोन वर्षांत संपूर्ण राष्ट्रपती भवनाच्या इमारतीची खूप बारकाईने दुरुस्ती करण्यात आली. पूर्वी या इमारती कशा होत्या आणि आता त्या कशा दिसत आहेत, हे दुरुस्तीआधीच्या आणि नंतरच्या फोटोंवरून स्पष्ट होते. अगदी सज्जांचीसुद्धा बारकाईने दुरुस्ती करण्यात आली. त्यामुळे आमच्यानंतर इथे येणारे लोकही एवढ्या चांगल्या जागी राहण्याची सोय होत असल्याबद्दल तुमचे आभार मानतील, याची मला खात्री आहे.

राष्ट्रपती भवनातील आपण सारेच जण एका महान वारशाचे वारसदार आहोत. या भव्य परिसरात सर्वत्र अमूल्य चित्रे, शिल्पे आणि नक्षीकाम व सुंदर मानवी आकृती यांची रेलचेल दिसते. दुरुस्तीअभावी किंवा दुर्लक्षामुळे त्यांचे नुकसान झाले, तर तो अक्षम्य अपराध ठरेल. अशोका हॉलमधील अमूल्य चित्रे खराब होत असल्याचे नजरेस आणून दिल्याबद्दल इथे पुन्हा एकदा माझ्या टिममधील सदस्यांचे मी आभार मानतो. त्यामुळेच अशोका हॉलच्या पुनर्बांधणीचे काम तातडीने हाती घेतले गेले आणि तेथील चित्रांना त्यांचे वैभव प्राप्त करून देण्यात आले.

सन २००३ मध्ये मुलांचे वस्तुसंग्रहालय तयार करण्यात आले. राष्ट्रपती भवनात असलेल्या विविध सुविधांमध्ये त्यामुळे मोलाची भर पडली आहे. शैक्षणिक आणि मनोरंजनाच्या दृष्टीनेही उपयुक्त ठरत असल्यामुळे या वस्तुसंग्रहालयाकडे फक्त मुलेच नव्हे; तर प्रौढही आकर्षित होत आहेत. दुसऱ्या ग्रहांवर आपले वजन किती भरेल हे मुले पाहतात

आणि पृथ्वीपेक्षा तिथे आपले वजन कमी भरत असल्याचे पाहून हरखून जातात. समाजाच्या सर्व थरांतील मुलांनी या वस्तुसंग्रहालयासाठी आपली पोर्ट्रेट्स आणि पेंटिंग्ज पाठवून दिली आहेत.

राष्ट्रपती भवनासह प्रेसिडेंट्स इस्टेटचा एकूण परिसर सुमारे ३२९.७३ एकर आहे. त्यापैकी एकट्या भवनाचे बांधकामच ५.३२ एकरांत करण्यात आले आहे. पुढच्या बाजूला १८.४५ एकराचा परिसर आहे आणि मुघल गार्डन १०.४७ एकर परिसरात आहे. राष्ट्रपती भवन आणि प्रेसिडेंट्स इस्टेट यांच्यामधील रस्त्यांचे जाळे चांगले आहे. तुम्ही सर्वांनीच रस्त्यांच्या पुनर्आखणीची गरज अधोरेखीत केली. त्याचबरोबर खास पदपथ आणि इतर रस्ते, तसेच बससाठी निवारे बांधण्याचीही आवश्यकता तुम्ही दाखवून दिली. या हिरव्यागार, प्रसन्न परिसराच्या सौंदर्याला अजिबात बाधा न आणता हे सारे काम तुम्ही पूर्णत्वाला नेले ही आत्यंतिक समाधानाची बाब आहे.

OOO

मुघल गार्डन्समुळे राष्ट्रपती भवन नेहमीच ओळखले जाते. बागेचे सर्वस्तरीय कर्मचारी आणि सार्वजनिक बांधकाम विभागाचे कर्मचारी या सर्वांच्या अथक प्रयत्नांमुळेच या बागा एवढ्या समृद्ध बनल्या आहेत. नवीन वनौषधी बाग, निवडुंग बाग, दृष्टीहीनांकरिता बनवलेला बागीचा इ. सर्वच तुमच्या पुढाकाराची उदाहरणे आहेत. सन २००६ मध्ये संगीत कारंजाची रचना करण्यात आली. येथे भेट देणाऱ्यांना त्याचे जबरदस्त आकर्षण वाटते. पाच वर्षांपूर्वी असे लक्षात आले होते, की प्रेसिडेंट्स इस्टेटच्या परिसरात मोठ्या प्रमाणात वृक्ष असले तरीही त्यांच्यापैकी काही झाडांची अक्षम्य हानी करण्यात आली आहे. त्यामुळे काही थोडी झाडे आतून पोकळ बनली होती. साहजिकच ती पडल्यानंतर त्यांचे लाकूड संबंधितांना सहजपणे वापरता आले असते. त्यानंतर अशा प्रकारच्या गैरप्रकारांना पूर्णपणे आळा घालण्यात आला. इथे आधी होत असलेली वृक्षतोड थांबवण्यासाठी मोठ्या प्रमाणात वृक्ष लागवडीची मोहीम राबवण्यात आली. या मोहिमेचे परिणाम आता सर्वांनाच दिसत आहेत. या यशाचे श्रेय बगीचाच्या कर्मचाऱ्यांना जाते.

राष्ट्रपती भवनाला भेट देणाऱ्यांसाठी बायोडायव्हर्सिटी पार्क हे आणखी एक आकर्षण आहे आणि ते आताच निर्माण करण्यात आले आहे. या बगीचात इतर प्राण्यांसह हरणे, बदके, ससे, मोर राहतात आणि येथील जनावरांचे डॉक्टर आणि त्यांचे कर्मचारी त्यांची योग्य ती काळजी घेतात.

राष्ट्रपती भवन संकुलात सापडणाऱ्या विविध प्रकारच्या असामान्य जाती-प्रजातीच्या

पक्ष्यांमुळे लोकांनाही आनंद मिळावा यासाठी खास सर्वेक्षण करण्यात आले आणि त्यावर एक सारग्रंथ तयार करण्यात आला. राष्ट्रपती भवनाच्या वाचनालयात लाखो पुस्तके आहेत. त्यांच्यापैकी कित्येक पुस्तके खूपच जुनी आणि आता फारशी मूल्य नसलेली आहेत. त्यांचे डिजिटायझेशन करण्यात आले आणि ते काम अद्यापही सुरू आहे. ही प्रक्रिया पुढेही अशीच सुरू ठेवली जाईल आणि लवकरच पूर्णत्वाला जाईल, याविषयी आमची खात्री आहे. येथील क्रीडा सुविधांमध्ये भर टाकण्यात आली आणि आधी असलेल्या सुविधांचे आधुनिकीकरण करण्यात आले. गोल्फ कोर्स, मातीची आणि कृत्रिम टेनिस कोर्ट्स, सुधारित स्क्वॅश कोर्ट ही सर्व आंतरराष्ट्रीय मानांकांनुसार बनवण्यात आली आहेत. याशिवाय फूटबॉल मैदान वगैरे सर्वच गोष्टींची प्रभावी दुरुस्ती करण्यात आली. तुम्ही सर्वांनी क्रीडा प्रकार आणि इतर खेळ यांमध्ये दाखवलेल्या रुचीमुळेच हे होऊ शकले. सर्वच रहिवाशांसाठी इथे बांधण्यात आलेल्या आरोग्य केंद्रामुळे आणि फिटनेस सेंटरमुळे या सर्व सुविधांच्या शिरपेचात तुरा खोवला गेला. या फिटनेस सेंटरमध्ये तज्ज्ञ प्रशिक्षक आणि राज्यस्तरीय मानांकनाची साधने ठेवण्यात आली आहेत. टेबल टेनिस आणि बिलियर्डसची सोय तिथे करण्यात आली आहे. ती अतिरिक्त आकर्षणे आहेत. उत्तम प्रकारे निगा राखलेल्या पोहण्याच्या तलावामुळे क्रीडा सुविधांमध्ये महत्त्वपूर्ण भर पडली आहे.

बगीचांमधील सी सॉची दुरुस्ती करावी, रस्ते खराब आहेत, विजेची सोय करावी इथपासून ते राष्ट्रीय आणि आंतरराष्ट्रीय महत्त्वाच्या मुद्‌द्यांसंदर्भात असंख्य ई मेल्स राष्ट्रपती भवनाला प्राप्त होत असत. ते येणे ही एक गोष्ट होती आणि प्रत्येक ई मेलला सकारात्मकतेने उत्तर पाठवणे ही दुसरी गोष्ट होती. या ईमेल्समधून करण्यात आलेल्या सर्व तक्रारींची तुम्ही वैयक्तिकरित्या स्वारस्य दाखवून दखल घेतलीत याबद्दल मी तुम्हा सर्वांचा आभारी आहे. कोणतीही गोष्ट महत्त्वाची नाही, असे मानले गेले नाही. त्यामुळेच लोक राष्ट्रपती भवनाकडे 'लोकांचे भवन' म्हणून पाहू लागले. तुम्ही सर्वांनी प्रामाणिकपणे आणि निष्ठेने प्रयत्न केले नसते तर हे घडलेच नसते. त्याबद्दल मला तुमचे मनापासून आभार मानू द्या. आगामी काळात ही परंपरा पुढे अशीच चालू ठेवली जाईल, याची मला खात्री आहे.

कलामांनी २५ जुलै २००२ रोजी राष्ट्रपतिपदाची धुरा सांभाळली, तेव्हापासून येथील सुरक्षा कर्माचाऱ्यांना आणि स्वागत कक्षातील कर्मचाऱ्यांना पेलाव्या लागलेल्या प्रचंड जबाबदारीची मला जाणीव आहे. सर्वच क्षेत्रातील असंख्य लोक राष्ट्रपतींना रोज भेटायला येत असत. सुरक्षिततेच्या दृष्टीने तपासणी करून त्यांना आत पाठवणे आणि त्यांच्या बसण्याची योग्य व्यवस्था करून त्यांना चहा देणे आणि राष्ट्रपतींची त्यांच्याशी भेट झाल्यानंतर पुन्हा त्यांना बाहेर नेऊन सोडणे ही एक अत्यंत मोठी जबाबदारी होती, हे वेगळे सांगण्याची आवश्यकता नाही. प्रत्येक भेट देणारा सर्वप्रथम स्वागत कक्षात येतो. त्यामुळे या कक्षाची अत्यंत व्यवस्थित दुरुस्ती झाली पाहिजे, असे माझ्या सहकाऱ्यांनी सुचवले. खरे तर स्वागत कक्ष म्हणून वापरली जाणारी आधीची खोली अत्यंत लहान होती. तिच्यात जेमतेम पाच ते सात लोकच बसू शकत असत. माझ्या सहकाऱ्यांनी स्वागत कक्षासाठी जागा शोधली आणि

ती प्रशस्त, उबदार आणि उच्च तंत्रज्ञानाने युक्त बनवली, त्याबद्दल मी त्यांचे आभार मानतो. आता या खोलीत भेट देणाऱ्या लोकांना ऑनलाईन पासेस दिले जातात. त्यानंतर त्यांना राष्ट्रपती भवन फिरून दाखवले जाते आणि ते प्रतीक्षा करत असताना कपभर चहा दिला जातो. नूतन वर्ष, दिवाळी आणि इतर सणांच्या निमित्ताने राष्ट्रपती भवनात हजारो लोक कुटुंबांसह येतात आणि येथील हिरवळीवर राष्ट्रपतींना शुभेच्छा देतात. त्यावेळी सुरक्षा कर्मचारी आणि स्वागत कक्षातील कर्मचारी यांनी अत्यंत उत्तम काम केले. एक जानेवारी २००७ रोजी सहा हजार लोकांनी राष्ट्रपतींची भेट घेतली आणि त्यांना नववर्षाच्या शुभेच्छा दिल्या. सुमारे साडेचार तासांहून अधिक काळ प्रत्येकाला भेटून त्यांच्या शुभेच्छांचा स्वीकार करत होते आणि त्यांना शुभेच्छा देत होते. एखादा किरकोळ अनुचित प्रकारही घडू न देता एवढा प्रदीर्घ काळ या भेटी आणि आंतरक्रिया उत्तम प्रकारे पार पडाव्यात यासाठी सुरक्षा कर्मचाऱ्यांना किती कष्ट पडले असतील याची मला कल्पना आहे. प्रजासत्ताक दिनासारख्या काही खास प्रसंगी राष्ट्रपती काही खास गटांच्या भेटी घेतात. पोलीस, पोस्टमन, लेखक, खेळाडू आणि इतर काही जणांच्या भेटींचा यात समावेश असतो. त्यावेळी आमच्या स्वागत कक्षाच्या आणि सुरक्षा व्यवस्थेच्या कर्मचाऱ्यांवर अतिरिक्त कामाचा ताण येतो. भेटायला येणाऱ्या प्रत्येकाचीच वैयक्तिक काळजी घेतली पाहिजे, या राष्ट्रपतींच्या आग्रहाखातर या कामात आणखी भर पडली. फोन केल्याबरोबर वैद्यकीय सुविधा उपलब्ध करून देण्याची सोयही करण्यात आली होती.

सीपीडब्ल्यूडीमधील माझ्या सहकाऱ्यांनी असे निदर्शनास आणून दिले, की पीबीजी (राष्ट्रपतींचे शरीरसंरक्षक दल) सुसज्ज बनवण्यात निधीच्या कमतरतेची अडचण होती. नेहमीच्या शिरस्त्याप्रमाणे यासाठी लष्कराकडून निधी पुरवला जात असे. मात्र प्रत्येक पातळीवरील संयुक्त प्रयत्नांमधून अडचणी दूर केल्या गेल्या आणि संरक्षण खात्याकडून नियमित निधी उपलब्ध होऊ लागल्यामुळे पीजीबी परिसराचा विकास करण्यात आला आणि आता तो इस्टेटीतील इतर परिसराच्या तोडीचा बनला आहे. अर्थातच पुन्हा एकदा हे सारे तुम्हा साऱ्यांमुळेच घडले आहे.

माझे सहकारी, कर्मचारी आणि त्यांचे कुटुंबीय यांच्या भरघोस प्रतिसादामुळे आणि पाठबळामुळेच आपण दर वर्षी १५ ऑगस्टला आणि २६ जानेवारीला चित्रांची, शिल्पांची प्रदर्शने भरवू शकलो. त्यामुळे उदयोन्मुख कलाकारांना प्रोत्साहन मिळाले. परंतु तुम्हा सर्वांच्या पाठबळाखेरीज अशा प्रकारचे कार्यक्रम सुरू करणे आणि ते नियमितपणे यशस्वी करणे हे केवळ अशक्य होते. तळ मजल्यावरील परिसर अव्यवस्थित होता आणि त्याचा योग्य प्रकारे वापरही केला जात नव्हता. तुमच्या प्रयत्नांमुळे आपण त्याचे रूपांतर सुंदर 'किचन म्युझियम'मध्ये केले. राष्ट्रपती भवनाच्या शिरपेचात आणखी एक मानाचा तुरा यामुळे खोवला गेला. तुम्हा सर्वांच्या प्रयत्नांनी आपण आणखी एक चांगली गोष्ट करत आहोत. येत्या १९ जुलैला आपण तयार केलेल्या पेंटिंग गॅलरीचे राष्ट्रपतींच्या हस्ते उद्घाटन होत आहे.

दर वर्षी सुरुवातीचे काही महिने लोकांसाठी मुघल गार्डन खुले केले जाते. यावेळी कोणतीही अप्रिय घटना घडू नये यासाठी योग्य तजवीज करण्याच्या आणि सर्व लोकांची योग्य काळजी घेण्याच्या सूचना राष्ट्रपतींनी आम्हाला दिल्या होत्या. प्रशासनाने या काळात फिरती पथके नेमली होती. ती दिवसभर संपूर्ण परिसरावर देखरेख करत होती. आवश्यकता असेल, तिथे ती साहाय्य करत होती आणि कोणत्याही प्रकारची संवेदनक्षम परिस्थिती निर्माण होऊ नये याची काळजी घेत होती. लोकांच्या सोईसाठी अनेक ठिकाणी वैद्यकीय सुविधा आणि पिण्याच्या पाण्याची सोय करण्यात आली होती. माझ्या टिममधील सर्व सहकाऱ्यांचे मी याबद्दल आभार मानतो. विशेषतः सुरक्षा आणि स्वागत कक्षातील कर्मचाऱ्यांचे; तसेच वैद्यकीय पथकातील कर्मचाऱ्यांचे आणि तेथील मैदानांवर ज्या इतर कर्मचाऱ्यांनी यासाठी अथक काम केले त्या सर्वांचेच मी आभार मानतो.

फक्त कामकाज, क्रीडा आणि खेळ यांच्यापुरतेच तुमचे स्वारस्य मर्यादित नव्हते; तर कला आणि संस्कृतीच्या बाबतीतही तुम्ही मोठ्या प्रमाणात स्वारस्य दाखवले. आर्ट थिएटरमध्ये आणि 'इंद्रधनुष' कार्यक्रमांतर्गत मुघल गार्डनमध्येही आयोजित करण्यात आलेल्या कार्यक्रमांतून ते दृग्गोचर झाले. या कार्यक्रमांमध्ये फक्त प्रसिद्ध कलाकारांनाच आमंत्रित करण्यात आले नव्हते; तर उदयोन्मुख कलाकारांनाही संधी देण्यात आली. तुमच्या सर्वांच्या सहकार्याशिवाय या गोष्टी करणे शक्य नव्हते. याशिवाय आपण नवीन प्रेक्षागृहाचे बांधकाम केले. त्यात तीनशे लोकांची बसण्याची सोय आहे. राष्ट्रपती भवनाच्या इतर सर्व रचनेशी या प्रेक्षागृहाची रचना सुसंगत आहे. तुमच्या सहकार्याचे हे एक विशाल दृश्य उदाहरण आहे.

थोडक्या कालावधीत हे काम करण्यात आले. सौंदर्य आणि तांत्रिक क्षमतेच्या बारीकसारीक तपशीलांकडेही बारकाईने लक्ष पुरवण्यात आले. त्यामुळेच सौंदर्यशास्त्रदृष्ट्या आणि इतर दृष्टींनीही हे काम म्हणजे एक आदर्श नमुना बनले आहे. तुमच्या कामाचा दर्जा त्यातून प्रामुख्याने प्रतीत होत आहे.

तुम्हा सर्वांच्या प्रचंड उत्साहामुळेच सन २००६ च्या नोव्हेंबर-डिसेंबरमध्ये सर्व लोकांसाठी आपल्याला प्रेसिडेंट्स इस्टेटमध्ये क्रीडा आणि सांस्कृतिक महोत्सवाचे आयोजन करता आले. हा महोत्सव दोन महिने चालला आणि त्या काळात अनेक कार्यक्रम पार पडले. प्रेसिडेंट्स इस्टेटमध्ये राहणारे लोकही या महोत्सवात अमाप उत्साहाने आणि मोठ्या आनंदाने कोणत्याही प्रकारच्या उतरंडीच्या कल्पना मनात न बाळगता त्यात सहभागी झाले. राष्ट्रपती भवनाच्या इतिहासात प्रथमच अशा प्रकारच्या महोत्सवाचे आयोजन करण्यात आले. तुम्ही तो मोठ्या प्रमाणात यशस्वी करून दाखवला, याबद्दल मी तुमचे आणखी एकदा आभार मानतो. भारताच्या राष्ट्रपतींनी महोत्सवाच्या अखेरच्या दिवशी सुमारे चार तास या महोत्सवात व्यतीत केले, यावरूनच या प्रयत्नांच्या तुफान यशाची कल्पना येऊ शकते. अशा प्रकारे सुरुवात करून या महोत्सवाचा पाया घालण्याचे कार्य केले गेले आहे. यापुढे अशाच

प्रकारे या महोत्सवाची परंपरा सुरू ठेवली जाईल आणि त्याला वार्षिक महोत्सवाचे स्वरूप येईल याची आम्हाला खात्री वाटते. तुम्हाला सर्वांनाच त्याचा लाभ होईल.

पार पडलेल्या पाच वर्षांत राष्ट्रपती भवनाने इलेक्ट्रॉनिक क्रांतीचा अनुभव घेतला. रोज शेकडो लोक राष्ट्रपतींशी ई मेलद्वारे संपर्क साधत होते. देशभरातील लोकांचा ई मेल हा एक जीवनमार्ग बनला आहे. ई गव्हर्नन्सची ओळख करून देऊन एक मोठा पल्ला गाठला गेला आहे आणि या सर्वांवर कळस म्हणजे राष्ट्रपती भवनात स्टेट–ऑफ–आर्ट मल्टिमिडिया स्टुडिओ उभारण्यात आला आहे. तिथूनच परदेशांतील दूरवरच्या लोकांशी राष्ट्रपती थेट संपर्क साधतात. तुमच्या उत्तम सहकार्यामुळे आणि भारताच्या प्रथम नागरिकाच्या कार्यालयातील कामकाज सक्षमतेने पार पडावे यासाठी तुम्ही निष्ठापूर्वक, हेतूतः केलेल्या प्रयत्नांमुळे हे सारे होऊ शकले.

तुमच्यापैकी कित्येक जण इथेच काम करत राहतील याविषयी माझ्या मनात संशय नाही. आगामी काळात त्यांना अधिक प्रगती आणि अधिक सक्षम कारभार पहायला मिळेल आणि राष्ट्रपती भवनला लाभलेले कोणालाही हेवा वाटावे असे 'लोक भवन' हे नामाभिधान अशाच प्रकारे यापुढेही कायम राहील, अशी माझी खात्री आहे.

पुरवणी ब

राष्ट्रपती ए. पी. जे. अब्दुल कलाम यांना राष्ट्राध्यक्ष जॉर्ज बुश यांनी दिलेले पत्र खाली देत आहे. सहसा अशा भेटींनंतर टाईप केलेले पत्र पाठवले जाते. परंतु बुश यांनी ते आपल्या हस्ताक्षरात लिहून दिले होते.

३-३-०६

द व्हाईट हाऊस

वॉशिंग्टन

प्रिय मि. राष्ट्रपती,

तुमच्यासमवेत घालवलेला काळ मला आणि लॉराला खूपच आवडला. जेवण विलक्षण चवदार होते आणि तुम्ही ऊर्जेविषयी जे बोललात ते तर सर्वाधिक स्वारस्यपूर्ण होते. तुम्ही केलेल्या आदरातिथ्याबद्दल आम्ही आभारी आहोत. तुम्ही विशाल अंतःकरणाचे विद्वान आहात. आम्ही तुमच्या नेतृत्त्वाची प्रशंसा करतो आणि भारतीय मुलांच्या शिक्षणाविषयी तुम्हाला असलेल्या काळजीबद्दल तुमचे कौतुक करतो.

अत्यंत हार्दीक शुभेच्छा.

जॉर्ज बुश